गेट वेल सून

प्रशांत दळवी यांचे इतर प्रकाशित साहित्य

नाटक
चारचौघी
ध्यानीमनी
चाहूल
सेलिब्रेशन

कथासंग्रह
खिडक्या

अप्रकाशित नाटक
मदर्स हाऊस
पौगंड
दगड का माती?
दे दणादण (बालनाट्य)

एकांकिका
भुयार, गल्ली, स्त्री

गेट वेल सून

प्रशांत दळवी

(डॉ. आनंद नाडकर्णी यांच्या
'मुक्तिपत्रे'वर आधारित)

पॉप्युलर प्रकाशन, मुंबई

गेट वेल सूर
(म-१२६३)
पॉप्युलर प्रकाशन
ISBN 978-81-7185-491-2

GET WELL SOON
(Marathi : Play)
Prashant Dalvi
Dr. Anand Nadkarni

पहिली आवृत्ती : २०१४/१९३६

मुखपृष्ठ : कमल शेडगे

प्रकाशक
हर्ष भटकळ
पॉप्युलर प्रकाशन प्रा. लि.
३०१, महालक्ष्मी चेंबर्स
२२, भुलाभाई देसाई रोड
मुंबई ४०० ०२६

अक्षरजुळणी
ऑलरिच एन्टरप्रायझेस
माहीम, मुंबई ४०० ०१६

प्रिय, डॉ. आनंद नाडकर्णी...

...हे नाटक मी तुमच्याशिवाय अन्य कुणालाही
अर्पण करूच शकत नाही!
'मुक्तिपत्रे'ने मला प्रेरित केलं नसतं
तर आपण दोघं मिळून म्हणूच शकलो नसतो...
गेट वेल सून!

तुमचा
प्रशांत दळवी

मनोगत

प्रशांत दळवी

एका रविवारी दुपारी चंदूचा फोन आला. स्वरात भारावलेपण. 'अरे, आत्ताच 'मुक्तिपत्रे' वाचून संपवलं.. मला काहीतरी वेगळच फिलींग वाटतंय.. काय पुस्तक लिहिलंय! तू तातडीने ते वाच. मी डॉक्टरांना फोन करून मला यावर काहीतरी करायचंय असं सांगितलंय...' मी एका आवेगात पुस्तक वाचून काढलं. आता 'मुक्तिपत्रे'ने मला घेरून टाकण्याची वेळ आली होती... पुस्तक संपल्यावर क्षणभर डोळे मिटून नुसताच बसलो आणि डॉक्टरांना मनातल्या मनात सलाम ठोकला! वरकरणी व्यसनाधितेबद्दल आणि रिकव्हरी प्रोसेसबद्दल खूप काही सांगणारं हे पुस्तक कधी एकूणच जगण्याविषयीची आपली समज लख्खं करतं ते कळतंही नाही. प्रतीक आणि डॉक्टरांमधला हा पत्ररूपी संवाद वाचताना आपलं आयुष्यही त्यात जेव्हा डोकवायला लागतं तेव्हा तो फक्त त्यांच्यातला संवाद न राहता आपलाही होत जातो आणि त्याही पुढे जाऊन ते तुम्हाला स्वतःशीही बोलायला भाग पाडतं म्हणून हे पुस्तक मोठं ठरतं.

'चाहूल'सारखंच इथे मला आशयाचं एक असं ऐवज दिसलं जे अधःपतनाची मूळं बाहेर न शोधता स्वतःत शोधायला प्रवृत्त करत होतं. आमच्या समोर दोन-तीन नेहमीचेच पर्याय होते. एक तर याचं चांगलं अभिवाचन करणं किंवा 'इंटिमेट थिएटर'मध्ये पत्रं वाचतानाचा फॉर्म घेऊन तो नाट्यरूपात सादर करणं. पण या फॉर्ममध्ये 'तुम्हारी अमृता', 'लेटर्स टू द डॉटर'सारखे प्रयोग या आधी होऊन गेले होते. मग पुन्हा तसंच्या तसं करण्यात मजा, आव्हान नव्हतं. शिवाय पात्रांना दोन जागांवर बसवून पत्रं वाचायला लावायचं आणि त्यालाच नाटकही

म्हणायचं हे कधी–कधी पाहणाऱ्यावर 'नाटकपण' लादल्यासारखं वाटतं. शिवाय सगळा रंगमंचीय अवकाश त्यात येतोच असं नाही. का कोण जाणे, पण मला यात एक संपूर्ण लांबीचं नाटकच दिसत होतं. नाटक म्हटल्यावर त्यात तसा तथाकथित ठोस संघर्ष नसला तरीही 'प्रतीक'चा स्वतःशी असलेला आणि डॉक्टरांचा व्यसनाधीन लोकांच्या निबर मनःस्थितीशी असलेला संघर्ष काही कमी गहिरा नव्हता. उलट तो मला कमालीचा नाट्यमय वाटला. दगडावर घाव मारणं मेहनतीचं जरूर आहे, पण शेवटी तो फुटतोच... ठरवलं तर त्यातून लेण्या किंवा मूर्तीही कोरली जातेच. पण इथे कितीही घाव मारले तरीही त्यातून व्यक्तिमत्त्व कोरलं जाईलच याची शक्यता नाही अशा आजारावरचं हे भाष्य होतं. कित्येक दिवसांपासून 'जिगीषा'तर्फे 'थिएटर फॉर अवेअरनेस'सारखा एखादा उपक्रम सुरू करून जीवनमूल्यांविषयी भाष्य करणाऱ्या एखाद्या पुस्तकाला, अनुभवाला रंगमंचावर आणण्याची इच्छा होती. या निमित्तानं मला ही संधी मिळाली.

मी आणि चंदू डॉ. आनंद नाडकर्णींबरोबर 'मुक्तांगण' पाहायला गेलो आणि जणू हा विषय अंगावर प्रत्यक्ष चालून आला. दगडी किल्ल्यासारखी रचना असलेला तिथला परिसर, तिथली रुग्णसभा, प्रत्यक्ष रुग्णांशी बोलणं, भेट, चर्चा यांतून आकलनाचं अवकाश हळूहळू विस्तारत गेलं. डॉक्टरांनी आधी तिथल्या 'निशिगंध' या महिलांच्या विभागाकडे नेलं. व्यसनाधीन व्यक्तींच्या बायका तिथं 'मुक्तांगण'चं स्वैंपाकघर चालवताना बघितल्या. डॉक्टर त्यांच्याशी नावानिशी हसतखेळत संवाद साधत होते. त्यानंतर तिथल्या एका कार्यकर्त्यावर सगळ्या वॉर्डमधून आम्हाला फिरवून आणण्याची जबाबदारी दिली गेली. त्याच्याच तोंडून 'पहिल्या', 'दुसऱ्या' आठवड्याचा पेशंट ही परिभाषा कानावर पडली. 'स्लीप' झालेले, 'स्लीप'मधून सावरलेले भेटले... अतिशय प्रांजळपणे सगळे आपली केसहिस्ट्री सांगत होते. स्वतःकडे बघण्याचा एक छान तटस्थपणा त्यांच्याकडे आला होता. उन्हाळाच्या सुट्टीत शिक्षक पेशंट्सची संख्या जास्त असते असं 'इनपुट'ही कुणीतरी सहजपणे देऊन गेलं... आणि हळूहळू या आजाराची व्याप्ती जाणवत गेली... तर जेवणानंतर मुक्ता पुणतांबेकरांशी बोलताना व्यसनाधीन महिलांच्या संख्येत होत चाललेल्या

वाढीबद्दल काळजी व्यक्त झाली, तेव्हा कोणताही आजार लिंगभेद मानत नाही हे सत्य पुन्हा एकदा टोचलं.

'मुक्तांगण'ला भेट दिल्यानंतर नाटक लिहिण्याच्या प्रक्रियेला एकदम गती येईल आणि महिन्याभरात नाटक पूर्ण होईल असं वाटलं होतं. मधल्या काळात सुनंदा अवचट, अनिल अवचट यांचे लेख, 'आनंदयात्री'चे अनेक अंक, डॉ. आनंद नाडकर्णींचं 'आरोग्याचा अर्थ' वाचून काढलं. 'मुक्तिपत्रे'च्या नोट्स काढता-काढता त्याची पारायणं झाली. तरीही मला अपेक्षित असलेलं नाटक उभं राहिना. यापूर्वी 'पिंपळपान' मालिका लिहिताना 'ऑक्टोपस' या श्री.ना. पेंडसेंच्या संवादरूपी कादंबरीचं मालिका रूपांतर करणं अवघड असूनही सहज साध्य झालं होतं. मात्र इथे लिहायला बसल्यावर 'मुक्तीपत्रे'मधले उतारेच्या उतारे मी बऱ्यापैकी जसेच्या तसेच लिहून काढल्यासारखं होत होतं. या दरम्यान 'मुक्तांगण'चा महिलांसाठीचा 'निशिगंध' वॉर्ड मात्र डोक्यातून जात नव्हता. यातूनच अचानक डोळ्यासमोर 'नीरा'ची व्यक्तिरेखा उभी राहायला लागली आणि अचानक माझ्या लिखाणातल्या नाट्याला धार मिळाली. डॉक्टर आणि प्रतीक या दोन कोनांना जोडणारा एक तिसरा कोन मिळाला. हे पात्रं फक्त नाट्यमयता वाढवण्यासाठीचं 'साधन' नव्हतं तर आशयही अनेक पदरी आणि समकालीन करण्यासाठी साहाय्यभूत ठरत होतं. शिवाय नाट्यरचनेतल्या संभाव्य एकरेषीयतेला छेद देत होतं. प्रेक्षकांच्या बुद्धी आणि मनाला काही चकवे देत गुंतवणार होते. शेवटच्या प्रसंगात नीरा आणि प्रतीक आमनेसामने येऊन एकमेकांवर कोसळणार होते. आणि त्या उत्पातातून त्यांच्या, माझ्या आणि नाटक बघणाऱ्यांच्या हाती जाणीवेचा एक उबदार तुकडा हाती येण्याची शक्यता होती. मला हे नाटक म्हणजे फक्त डॉक्टरांनी काही दिलं आणि प्रतीकने ते घेतलं एवढ्यापुरतं मर्यादित करायचं नव्हतं. ते या दोघांमधल्या 'गीव्ह ॲन्ड टेक'पर्यंत थांबवायचं नव्हतं. जोवर प्रतीककडून त्याला डॉक्टरांकडून मिळालेलं विचारधन दुसऱ्या 'ॲडिक्ट'पर्यंत पोहोचत नाही... जोवर प्रतीकला मिळालेल्या प्रकाशात नीरा उजळून निघत नाही... तोवर 'प्रतीक'ची आणि नाटककार म्हणून माझी सुटका नव्हती.

मी आजवर एकूण आठ नाटकं लिहिली. या आठही नाटकांच्या लिखाण प्रक्रियेत एक गोष्ट जाणवली. एक नाटककार म्हणून आपण जेव्हा एखादा विषय हाती घेतो तेव्हा प्रथमदर्शनी सैल का असेना पण एक रचना मनात कुठेतरी जन्म घेते. त्याचं दूर कुठेतरी टोकंही दिसू लागतं. त्याला शेवट म्हणा, क्लायमेक्स म्हणा किंवा शिखर म्हणा... पण प्रत्यक्ष लिखाण सुरू झाल्यावर तुमच्यात जे झपाटलेपण संचारतं त्यातून त्या टोकापर्यंत पोहोचण्याच्या प्रयत्नात तुम्ही जेव्हा तो नियोजित बिंदू कधीच मागे टाकून पुढे निघून जाता तेव्हाच या प्रवासाचा खरा आनंद मिळतो. थ्रिल अनुभवता येतं. तोपर्यंत असते ती बैचैनी. तगमग. तडफड. ठरलेल्याच बिंदूवर आपण गोठून जाणार आहोत की पुढे ही हातपाय मारता येतील? ही विवंचना. यावेळी मी एकटा नव्हतो. 'मुक्तीपत्रे' या आशयसंपन्न पुस्तकाचं संचित माझ्याबरोबर होतं. म्हणून माझी नाटककार म्हणून स्वतःकडून बहुधा दुप्पट अपेक्षा होती. थिएटरमध्ये हा विषय कोंबल्यासारखं व्हायला नको होतं, तर थिएटरसाठीच हा विषय जन्माला आलाय असं वाटायला हवं होतं.

आता वेळ होती ती 'मुक्तीपत्रे' कितीही प्रिय असलं तरी त्याच्या घट्ट मिठीतून थोडं-थोडं स्वतःला मोकळं करत जाण्याची. 'मुक्तीपत्रे'तलं प्रत्येक वाक्य, प्रत्येक आशयसूत्रं, नाटकातही यायलाच हवं या हट्टातून बाहेर येण्याची. पुस्तकातल्या घटनांचा क्रम थोडा उलटसुलट करून बघण्याची, प्रतीकचे आई-वडील आणि त्याची नाटकात शिरलेली मुलं कितीही गोड असली तरीही नाट्यावकाशात जागा नसेल तर त्यांना चॉकलेट देऊन विंगेतच बसवण्याची. आणि या वगळण्याच्या प्रक्रियेत मी उलट 'मुक्तिपत्रे'च्या गाभ्याच्या अधिकच जवळ पोहोचू शकलो आणि एका ललित लेखनाला नाट्यावकाश मिळवून देऊ शकलो. गंमत म्हणजे 'मुक्तिपत्रे'चं कुठेही बोट सुटलं नव्हतं, काहीही महत्त्वाचं निसटलं नव्हतं, उलट त्याची इतकी पारायणं झाल्यामुळे त्यातली उत्तम विधानं, विश्लेषणं, निरीक्षणं, संदर्भ सगळं नाटकात या ना त्या रूपात पाझरलं होतं. नाटकात नव्यानं आलेली, घुसलेली 'नीरा' ही जणू 'मुक्तिपत्रे'च्याच भूमीतून उगवल्यासारखी वावरायला आणि वागायला लागली तेव्हा कुठे थोडासा निर्धास्त झालो... 'चाहूल' सारखीच ही पात्रं आता माझ्या

किंवा नाडकर्णींच्या ताब्यातून 'मुक्त' झाली आणि स्वतःच्याच मनातलं स्वभावानुरूप, भोगण्यातून आलेलं बोलू लागली आणि नाटक भरधाव वेगाने शेवटाकडे निघालं... तेव्हा कोणतं चाक पुस्तकाचं आणि कोणतं नाटकाचं हे बघण्याची कधी गरजही भासली नाही. नाटकाचे प्रत्यक्ष प्रयोग सुरू झाले तेव्हा काहीजण एखाद्या संवादाने किंवा विचाराने प्रभावित होऊन माझ्याशी बोलायचे तेव्हा कधी-कधी तो विचार नाडकर्णींचा असायचा. तर कधी नाडकर्णींचं 'अमुक' आवडलं म्हणायचे तेव्हा ते कधी माझं असायचं.. सुरुवातीला मी हे 'पुस्तकातच' आहे किंवा हे नंतर सुचलंय असं स्पष्ट करण्याचा प्रयत्न करायचो. पण नंतर त्याचीही गरज वाटेना. उलट 'कुणाचं नेमकं काय आहे' हे कळण्यात गल्लत होतेय म्हणजेच 'नाटक' आणि ललित साहित्यातला आपपरभाव संपला होता... दोघांच्याही लेखन आणि विचारशैली फक्त एकरूप नाही तर एकजिनसी झाल्याचं ते लक्षण मी मानलं.

चंदूने (चंद्रकांत कुलकर्णी) आजवर माझी सगळीच्या सगळी म्हणजे एकूण आठ नाटकं दिग्दर्शित केली आहेत. यांपैकी पहिली तीन समांतर रंगभूमीसाठी ('पौगंड', 'मदर्स हाऊस', 'दगड का माती?') आणि मुख्यधारेतलं हे पाचवं नाटक. ('चारचौघी', 'ध्यानीमनी', 'चाहूल', 'सेलिब्रेशन') यातल्या प्रत्येक नाटकातलं आव्हान वेगळं होतं आणि त्या-त्या वेळी त्याने ते इतकं लीलया पेललं की याशिवाय हे नाटक वेगळ्या पद्धतीने होऊच शकत नाही असं वाटावं. पण या सगळ्यांपेक्षा 'गेट वेल सून'चं सादरीकरण हे रंगमंचावर 'अशक्य' वाटावं इतकं अवघड होतं. कारण 'मदर्स हाऊस' असो किंवा 'ध्यानीमनी'मध्ये माझ्याही रंगसूचना (त्या भल्या असतील किंवा बुऱ्या) संहितेत अंतर्भूत होत्या. इथे मी 'नाटक' तर लिहिलं होतं पण गणितातल्या रिक्त सटासारखा 'कंस' हा भागच दिग्दर्शकानं भरण्यासाठी जणू रिकामा ठेवला होता. आज 'गेट वेल...'चा प्रयोग बघताना नेपथ्याचा चंदूने ज्याप्रकारे आशयानुरूप लवचीक वापर केला आहे तो बघताना त्याचं या माध्यमावरचं प्रभुत्व पुन्हा एकदा अधोरेखित झालं. एकतर या नाटकातल्या रचनेतली अमूर्तता प्रदीप मुळ्येंनी सृजनशील नेपथ्यातून मूर्तरूपात आणताना दाखवलेलं कौशल्य त्या दोघांच्या 'ट्युनिंग'ची साक्ष

देतं. आणि त्याचा वापर करताना आधी ही स्थळं वेगवेगळी आहेत हे प्रस्थापितही करायचं, आणि नंतर त्याच उभ्या केलेल्या भिंती पात्रांना आरपार फिरवत इतक्या सहजतेने तोडायच्या की जणू नव्हत्याच त्या तिथे कधी. आणि तरीही हे घडवताना स्थळ-काळाचं अंतर्गत तर्कशास्त्र सोडायचं नाही. प्रतीक त्याच्या एका पत्ररूपी स्वगतात साऱ्या रंगमंचावर वावरताना 'त्यावेळी माझ्यातला 'तो' खूप बहकला होता' म्हणताना त्याच्या भारतातल्या घरातली दारूची बाटली ज्या सहजतेने कपाटात ठेवतो तो क्षण याची साक्ष देतो. शेवटच्या हॉटेलच्या प्रसंगातही चंदूने इतक्या कमी जागेत भावनांचा डोलारा उभा केलाय त्याला तोड नाही. आमचा मित्र मिलिंद जोशीच्या पार्श्वसंगीताने नाटकातल्या भावनांची व्यामिश्रता आपल्या पार्श्वसंगीतातून खूप कौशल्याने पकडली. प्रतिमा जोशी-भाग्यश्री जाधव यांनी वेशभूषेतल्या रंगसंगतीचं आणि झपाट्यानं बदलणाऱ्या काळाचं भान तर उत्तम ठेवलंच, पण त्याबरोबरच नऊ वर्षांने येणाऱ्या आमच्या नाटकातल्या प्रत्येक घटकात त्यांनी नेहमीप्रमाणेच जातीने रस घेतला. 'नाटक' या माध्यमावर विलक्षण जीव असलेला आणि गेली पंचवीस वर्षं त्यात मनमुराद रमलेला आमचा मित्र श्रीपाद पद्माकर या नाटकाच्या निमित्ताने प्रथमच 'निर्माता' म्हणून उभा राहिला... फक्त त्याचं नाही तर त्याला निर्माता करण्याचं 'जिगीषा'चं स्वप्न पूर्ण झालं. मी हे नाटक पूर्ण करावं म्हणून त्याने अक्षरशः पिच्छा पुरवला होता. दिलीप जाधव यांच्यासारख्या ज्येष्ठ निर्मात्याने या नाटकाच्या मागे खंबीरपणे उभं राहणं, 'हा आशय रंगमंचावर आलाच पाहिजे' असं म्हणणं खूपच दिलासादायक होतं. पुन्हा एकदा समांतर रंगभूमीसाठी लिहिलं गेलंय असं सुरुवातीला वाटायला लावणारं हे नाटक मुख्यधारेत यशस्वी होऊन त्याचे शंभर प्रयोग पूर्ण होतायत याचा आनंद वेगळा आहे. स्वप्नील जोशीसारखा सगळ्यांचा लाडका अभिनेता या नाटकातल्या 'प्रतीक'साठी मिळणं हे या यशाचं मोठं भांडवल ठरलं. स्वप्नीलने लोकप्रियतेच्या पलीकडे जाऊन आपण अभिनेता म्हणून किती वरच्या श्रेणीतले आहोत हे सिद्ध केलं. नाटकातली भाषा, वावर, प्रतीकचा स्थायीभाव त्याने अत्यंत ताकदीने साकारला. 'साप्ताहिक सकाळ'च्या विनायक लिमये या पत्रकार मित्राला स्वप्नीलला बघून

काशीनाथ घाणेकरांची आठवण आली. संदीप मेहता या आमच्या गेल्या पंचवीस वर्षांपासूनच्या मित्राने डॉ. आनंद ही भूमिका अशा काही नजाकतीने पेश केली की जणू तो या भूमिकेसाठीच जन्माला आला. प्रतीक इतकाच डॉ. आनंदही 'लव्हेबल' आणि 'कन्व्हिन्सिंग' वाटणं हे यात फार महत्त्वाचं होतं. 'नीरा' या महत्त्वाच्या भूमिकेसाठी केलेली समिधाची निवड फक्त सार्थ ठरवून ती थांबली नाही तर अभिनेत्री म्हणून तिने समजेने आणि तडफेने नीरा अक्षरशः जिवंत केली. माधवी कुलकर्णीचीही 'लतिका' इतकी नैसर्गिक, उत्स्फूर्त वाटते की लतिका अशीच असणार असं वाटत राहतं. या चौघांचीही कामं बघताना नाटकाशी आणि विशेषतः दिग्दर्शकाशी त्यांचे जुळलेले सूर नाटकभर जाणवत राहतात. इतर भूमिका छोट्या असल्या तरी प्रत्येक कलावंताने त्यात आपला रंग भरला आहे.

पॉप्युलर प्रकाशनातर्फे प्रकाशित होणारं माझं हे पाचवं पुस्तक. 'सेलिब्रेशन'पर्यंत रामदास भटकळ स्वतः जातीने प्रत्येक गोष्टीत लक्ष घालायचे. यावेळी अस्मिताने हे काम तितक्याच जबाबदारीने आणि जाणकारीने केलं. एक वाचक म्हणून नाटक वाचताना त्याच्या डोळ्यासमोर ते उभं राहण्यात नेमके कुठे अडथळे येतायत ते हेरून तसे तपशील त्यांनी माझ्याकडून भरून घेतले.

'बालगंधर्व'च्या पहिल्या प्रयोगाला आलेल्या अनिल अवचट, मुक्ता यांनी जेव्हा नाटक 'आपलं' मानलं तेव्हा मिळणारं समाधान वेगळं होतं. पुढे सर्व समीक्षकांनी गौरवलं, नाटकाला पंधरा पुरस्कार मिळाले, व्यसनमुक्तीसाठीच्या 'राष्ट्रपिता महात्मा गांधी' पुरस्कार देऊन शासनानेही दखल घेतली. नाटक-सिनेमातल्या झाडून सगळ्या मंडळींनी भरभरून प्रतिक्रिया दिल्या.

मात्र जेव्हा प्रयोग बघायला कधी थरारून गेलेले 'ए.ए.'चे सभासद यायचे, कधी व्यसनापायी नवरे गमावलेल्या दोन जावा समोर येऊन उभ्या राहायच्या आणि आमच्याही बाबतीत हे असंच घडलंय म्हणायच्या, कधी पुढच्या प्रयोगाला नवऱ्याला घेऊन येते असं एखादी बायको म्हणायची तेव्हा हा विषय 'थिएटर'मध्ये येण्याची किती गरज होती ते पुनःपुन्हा जाणवतं.

...आणि माझं ‘मुक्तिपत्रे’ एकविसाव्या शतकातलं झालं–

डॉ. आनंद नाडकर्णी

‘मुक्तिपत्रे’ हे पुस्तक लिहिताना किंवा लिहिल्यानंतरही ह्या मजकुरावर आधारीत नाटक आणि तेही व्यावसायिक रंगभूमीवर सादर होईल असा विचारही माझ्या मनात आला नव्हता. व्यसनाधीनता किंवा मद्यपाश ह्या विषयावर मराठी भाषेमध्ये त्याआधी झालेले जे काही लिखाण होते ते माहितीच्या अंगाने जाणारे होते, ललित वाङ्मयाच्या अंगाने जाणारे नव्हते. माझ्या लिखाणाचा भर रिकव्हरी म्हणजे व्यसनमुक्तीच्या प्रवासावर होता. त्या अनुषंगाने आजाराच्या पैलूंकडे पाहिलेले होते. त्यामागचा हेतू अर्थातच प्रबोधनाचा होता. मानसोपचार किंवा समुपदेशन हे शब्द वापरले जातात पण ‘काऊन्सेलिंग म्हणजे काय?’ हा प्रोसेस काही सामोरा येत नाही. शेवटी समुपदेशन हा एक शास्त्रशुद्ध संवाद असतो. सकारात्मक बदलासाठी व्यक्तीला सन्मुख करणे हा त्यामागचा हेतू असतो. विचार, भावना आणि वर्तन ह्या पैलूंचे स्व-निरीक्षण आणि स्व-परीक्षण करणे आणि त्यातला काही भाग बदलणे तर काही भागांना बळकटी आणणे असा तो प्रवास... पाहा, ह्या आधी लिहिलेली चार वाक्ये परत वाचलीत तर किती जड वाटतील... म्हणून समुपदेशनावरची शास्त्रीय पुस्तके सहसा त्या विषयाचे विद्यार्थीच (अनेक वेळा परीक्षेसाठी) वाचत असतात. काऊन्सेलिंगमधला मानवी नात्याचा स्पर्श, भावनांचे कंगोरे समोर आणून साहित्य तयार झाले तर त्याचा फायदा रिकव्हरीच्या वाटेवरच्या मित्रांना होईल ह्यासाठी मी लिहायचे ठरवले. संवादासाठी उपयुक्त माध्यम म्हणून महाजालपूर्व काळातल्या पत्रव्यवहाराच्या फॉर्मची निवड केली. माझ्या बहुतेक पुस्तकांचे लिखाण हे एका प्रवाहामध्ये

घडते. कधी दिवसाला वीस मिनिटे लिहीन तर कधी दोन तास. साधारण दोन आठवड्यांमध्ये मी पहिला खर्डा पूर्ण केला होता.

पुस्तक प्रसिद्ध व्हायच्या आधी मी मुक्तांगण व्यसनमुक्ती केंद्रातल्या सहकाऱ्यांसमोर ह्यातील काही भागाचे वाचन केले. तेव्हा मला ह्यातील 'नाट्य' प्रथमच जाणवले. प्रकाशनानंतर अनेक रुग्णमित्रांनी मला फिडबॅक दिला की त्यांच्या रिकव्हरीमध्ये ह्या पुस्तकाने मोठा वाटा उचलला होता... पुस्तक प्रसिद्ध झाल्यावर वर्षा दोन वर्षांतच मित्रवर्य चंदू कुलकर्णी भेटला आणि म्हणाला, "हे पुस्तक फक्त व्यसनमुक्तीवरचे नाही तर चांगले कसे जगावे, नैराश्यावर कशी मात करावी; अशी व्यापक भूमिका मांडणारे आहे... आपण ह्याच्यावर नाटक करू." मी उत्साहाने हो म्हणालो. पण हे नाटक नेमके कसे असणार ह्याची कल्पना डोळ्यासमोर नव्हती.

काळ सरकला, वर्षे सरली... मला वाटले चंदू विसरला. पण नाही; तो प्रशांत दळवीला घेऊन आला. परत चर्चा. ते दोघे माझ्याबरोबर मुक्तांगण व्यसनमुक्ती केंद्रात आले. तिथले सारे उपक्रम पाहिले. आता प्रशांतच्या डोक्यात नाटक रुजू लागले असावे.

त्यानंतरही काही काळ गेला. दरम्यान आकाशवाणीच्या विविध केंद्रांमधून 'मुक्तिपत्रे' पुस्तकाच्या अभिवाचनाचे कार्यक्रम प्रसृत होऊ लागले. त्याला प्रतिसादही छान मिळत होता. एकाही मराठी नियतकालिकामध्ये परीक्षण न येता, एकही जाहिरात न करता ह्या पुस्तकाच्या आवृत्त्यांची संख्या वाढत होती. संगीतकार राहुल रानडे ह्या माझ्या मित्राला ह्या पुस्तकाच्या अभिवाचनाचे कार्यक्रम करायचे होते. त्यालाही ह्या कल्पनेने झपाटून टाकले होते. पण तोही त्याच्या कामामध्ये व्यग्र झाला.

पुन्हा चंदूचा फोन आला- 'प्रशांतची संहिता तयार आहे!' आम्ही वाचनाला बसलो. प्रशांतच्या नाट्यलेखनामध्ये अनेक वैशिष्ट्ये आहेत. त्याने 'मुक्तिपत्रे' पुस्तकातील संवाद अत्यंत बेमालूमपणे नाट्यसंहितेमध्ये समरस केले. माझ्या 'वैद्यकसत्ता' आणि 'आरोग्याचा अर्थ' ह्या पुस्तकामधला आरोग्याकडे पाहायचा सर्वसमावेशक असा दृष्टिकोनही त्याने ह्या संहितेमध्ये आणला.

डॉक्टर, प्रतीक, त्याची पत्नी ह्या पुस्तकामधल्या व्यक्तिरेखा त्याने जिवंत केल्या. ड्रगअ‍ॅडिक्ट स्त्रीडॉक्टरची एक नवी व्यक्तिरेखा त्याने तयार केली. तिचे नाव नीरा. ह्यामुळे नाटक 'कंटेम्पररी' झाले. म्हणजे पुरुषांच्या अ‍ॅडिक्शनबरोबर स्त्रियांच्या व्यसनाधीनतेचा पैलूही प्रकाशात आला. प्रतीक आणि नीरा ह्या संघर्षामुळे संहितेची नाट्यमयताही वाढली. मद्यपाशाव्यतिरिक्तच्या व्यसनांचा समावेशही आशयामध्ये झाला आणि माझं 'मुक्तिपत्रे' एकविसाव्या शतकातले झाले. चंदू आणि प्रशांत ही दिग्दर्शक-लेखक अशी टीम असण्याचा फायदा असतो. प्रशांतचे शब्द चंदू नेहमी रंगमंचाच्या अवकाशामध्ये 'डिझाईन' करतो.

चंदू हा 'डिझायनर डिरेक्टर' आहे. तो प्रयोगाचा प्रत्येक पैलू वेगवेगळा डिझाईन करतो. मग हे सारे पैलू एकमेकांमध्ये घट्ट विणतो. नाटकाचा प्रयोग पाहताना चंदूचे हे कसब मला प्रत्येक वेळी नव्याने जाणवते. प्रतीक आणि नीराचा हॉटेलमधला क्लायमॅक्सचा प्रसंग हा ह्या टीमवर्कचे उत्तम उदाहरण आहे.

पुस्तकामध्ये आणि नाटकामध्येही 'एए' म्हणजे 'अल्कोहॉलीक अ‍ॅनोनिमस' अर्थात् 'निनावी मद्यपी' ह्या स्व-मदत गटाचे उल्लेख आहेत. खरे तर ह्या नाटकाचा शेवट म्हणजे 'एए'ची सुरुवात आहे. बिल आणि बॉब अशा दोन व्यसनी व्यक्ती अमेरिकेमध्ये एकत्र आल्या. एक होता डॉक्टर तर दुसरा शेअरब्रोकर. त्यांच्या संवादातून ही संघटना उदयाला आली. 'गेट वेल सून'चा शेवटही 'शेअरिंग युअर रिकव्हरी प्रोसेस' ह्या टप्प्यावरच होतो. प्रतीकच्या वैचारिक, भावनिक बदलातील सकारात्मकतेचे रोपण नीराच्या मनात होते. तिच्या मुक्तीचा प्रवास सुरू होतो.

शास्त्रामध्ये ह्याला पिअर कौन्सिलिंग म्हणतात. साऱ्या स्वमदत गटांची हीच शक्ती असते. पुस्तकामध्ये आणि नाटकामध्येही समुपदेशनाच्या प्रक्रियेचा समारोप खूप महत्त्वाचा आहे. डॉक्टर प्रतीकला सांगतात की, आता आपल्यातले समुपदेशक-रुग्ण हे नाते विराम होत आहे. मानसिक दृष्टीने व्यक्तीला सक्षम बनवणे आणि त्यापुढे जाऊन स्व-क्षम म्हणजे एम्पॉवर्ड बनवणे हा मानसोपचाराचा हेतू असतो. प्रतीकने आपली जाण, आपली समज नीराबरोबर शेअर करणे आणि

डॉक्टर–प्रतीकच्या रुग्णनात्याचा विराम ह्या एकाच नाण्याच्या दोन बाजू आहेत.

माझ्या पुस्तकामध्ये प्रतीक आणि पत्नी लतिका ह्यांच्या नात्याचे पदर जसे उलगडले आहेत तसेच लतिकाचे वडील आणि प्रतीकची मुलगी ह्यांच्या दृष्टिकोनातूनही मजकूर आहे. प्रतीकच्या मुलीने डॉक्टरांना लिहिलेले पत्र आणि डॉक्टरांचे उत्तर हा भाग मी अनेक रुग्णसभांमधून वाचतो. त्याचा नाट्यमय प्रभाव इतका असतो की वाचनानंतर अनेक रुग्ण भरल्या डोळ्यांनी भरभरून बोलतात. हा अत्यंत मनोज्ञ धागा नाटकाच्या 'व्यवहारा'तील मर्यादांमुळे संहितेमध्ये येऊ शकला नाही. पण चंदू आणि प्रशांत ह्या संहितेच्या नाट्यरूपांतरानंतरचा टप्पा म्हणून चित्रपटकथा ह्या फॉर्मकडे पाहत आहेत. तिथे ही कसर भरून काढली जाईल असा विश्वास वाटतो.

नाटक पाहिल्यावर माझ्या अनेक रुग्णमित्रांच्या पत्नींनी मला एक तक्रारवजा सूचना केली. त्यांच्या मते नाटकामधल्या लतिकाचे म्हणजे पत्नीचे पात्र काहीसे एकसूरी झाले आहे. व्यसनाधीनता हा कौटुंबिक आजार आहे. म्हणूनच रिकव्हरी ही फक्त रुग्णापुरती मर्यादित नसते. पत्नीचीही स्वतःची रिकव्हरीची प्रक्रिया असते. नाटकामध्ये प्रथम प्रतीक केंद्रस्थानी आहे आणि नंतर त्याच्या बरोबरीने नीरा केंद्रस्थानी आहे. पटकथा करताना लतिकालाही अधिक न्याय द्यायला हवा.

पुस्तकामध्ये लतिकाच्या वडिलांच्या रूपाने 'एक्स्टेण्डेड फॅमिली'चा पैलू आहे. नाटकाच्या संहितेमध्ये पहिल्या ड्राफ्टमध्ये प्रशांतने तो घेतलाही होता. परंतु नंतर तो भाग गाळण्याचा निर्णय आम्ही घेतला. वास्तवात व्यसनमुक्तीच्या प्रवासामध्ये, भारतीय समाजात ह्या विशाल कुटुंबाचे मोठे योगदान असते. प्रतीकसारख्या रुग्णांचे आणि लतिकासारख्या रुग्णपत्नींचे आईबाबा, बहीणभाऊ ह्या साऱ्यांना स्थान असते. हा भाग पुस्तकाच्या चौकटीमध्येही हवा तेवढा ठळक झालेला नाही. पण मोठा कॅनव्हास मिळाला की ह्या जागा भरता येतील.

आता 'गेट वेल सून' ह्या नाटकाच्या सामाजिक योगदानाकडे येऊया. व्यसनमुक्तीच्या क्षेत्रामध्ये काम करायला लागून मला आता तीन दशकांहून जास्त काळ लोटला. ह्या प्रवासामध्ये काही महत्त्वाच्या

माध्यमप्रयोगांमध्ये सहभागी होण्याची संधी मला मिळाली. गेल्या शतकातील ऐंशीच्या दशकामध्ये गर्दच्या व्यसनावर आधारीत 'एक आकाश संपलं' ह्या टेलिव्हिजन मालिकेच्या निर्मितीमध्ये मी मदत केली. त्यातील प्रत्येक एपिसोडच्या शेवटी मी स्क्रीनवर येऊन घडलेल्या कथानकावर भाष्य करायचो. आज इतक्या वर्षांनंतरही त्या प्रतिमांच्या आठवणी सांगणारे लोक मला भेटतात. मुद्दा आहे तो दृक्‌श्राव्य माध्यमाच्या प्रभावाचा.

पुढे मुक्तांगण व्यसनमुक्ती केंद्रासाठी सुमित्रा भावे आणि सुनिल सुखटणकर ह्या दिग्दर्शकद्वयीने 'मुक्ती' नावाचा चित्रपट तयार केला. ह्या चित्रपटाचे शीर्षकगीत मी लिहिले आणि निर्मितीच्या प्रक्रियेतही सल्लागार म्हणून काम केले. ह्या चित्रपटाचे व्यावसायिक पद्धतीने वितरण झाले नाही. पण दूरदर्शनने तो दाखवला. आजही डीव्हीडी स्वरूपात तो उपलब्ध आहे. हा चित्रपट पाहिल्यावर भरभरून बोलणाऱ्या प्रेक्षकांच्या भारावलेपणातूनही मला माध्यमांचे सामर्थ्य कळले.

आम्ही कार्यकर्ते, तज्ज्ञ असे सारे फक्त भाषण, परिसंवादांद्वारे विचार पोहोचवतो. पण प्रबोधनाच्या रथाला अनेक चाके असायला हवीत. त्यात संगीत, संवाद हवे. स्ट्रीट प्लेपासून चित्रपटापर्यंतचे फॉर्मस् हवेत. शास्त्रीय माहिती देणारी पुस्तके हवीत तशीच ललित पद्धतीने सामोरी येणारी पुस्तकेही हवीत. ह्या पार्श्वभूमीवर व्यावसायिक मराठी रंगभूमीवर ह्या विषयावरचे हे पहिलेच नाटक ठरावे.

चंदू-प्रशांतच्या डिझाईनला निर्माते आणि तंत्रज्ञ ह्यांचे पाठबळ मिळाले. समर्थ अभिनेते मिळाले आणि 'टायटल-रोल'साठी स्वप्नील जोशीसारखा कलाकार मिळाला. स्वप्नीलचे हे पहिलेच व्यावसायिक नाटक. व्यसनमुक्तीचा प्रवास ठसठशीत व्हावा ह्यासाठी त्याच्या 'ग्लॅमर'चा योग्य वापर झाला असे म्हणावे लागेल. त्याला संदीप मेहता आणि बाकीच्या कलाकारांची सुरेख साथ लाभली. असा योग जुळून आल्यामुळेच, ह्या नाटकाला प्रेक्षकांचा प्रतिसाद जसा मिळाला तसा पारितोषिकांचा पिसाराही भरपूर लाभला.

गेल्या शतकामधल्या मराठी रंगभूमीवर सामाजिक प्रबोधन आणि मनोरंजन ह्यांची सांगड घालणारे काही प्रयोग झाले. ह्या शतकामधला हा

एक वैशिष्ट्यपूर्ण 'प्रयोग' ठरला आहे. प्रेक्षकांमध्ये बसून मी जेव्हा हे नाटक अनुभवतो तेव्हा माझ्यातल्या लेखकापेक्षाही माझ्यातला कार्यकर्ता सुखावतो.

नाटकातल्या वाक्यांना मिळणारी दाद मला सांगत असते की, व्यसनमुक्तीच्या चळवळीची ऊर्जा नव्याने पोहोचते आहे नव्यानव्या लेखकांपर्यंत. मी लिहिलेल्या एका पुस्तकाच्या पायावर ह्या साऱ्यांनी उभारलेला हा अनुभव... मला अधिकच आशावादी आणि नम्र बनवणारा असतो.

या नाटकाचा पहिला प्रयोग शनिवार, दिनांक १ जून २०१३ रोजी 'जिगीषा' आणि 'अष्टविनायक', मुंबई या नाट्यसंस्थांतर्फे काशीनाथ घाणेकर, ठाणे येथे रात्रौ ८.३० वाजता सादर करण्यात आला.

श्रेयनामावली

लेखक : प्रशांत दळवी
संकल्पना : डॉ. आनंद नाडकर्णी
दिग्दर्शक : चंद्रकांत कुलकर्णी
नेपथ्य-प्रकाश : प्रदीप मुळ्ये
पार्श्वसंगीत : मिलिंद जोशी
वेशभूषा : प्रतिमा जोशी, भाग्यश्री जाधव
रंगभूषा : शरद सावंत, योगेश डाके
दिग्दर्शन साहाय्य : आरोही जोशी, सार्थ पद्माकर
संगीत नियंत्रण : अनिल भंडारे
नेपथ्य साहाय्य : अजय पुजारे
नेपथ्य निर्माण : प्रकाश परब आणि मंडळी
ध्वनी : अविनाश रसम, प्रतीक जाधव
डिझाइन्स : अक्षर कमल शेडगे
प्रसिद्धी : पाध्ये पब्लिसिटी
कार्यालयीन व्यवस्था : वर्षा शिंगाडे
निर्माते : दिलीप जाधव आणि श्रीपाद पद्माकर

कलाकार

प्रतीक : स्वप्नील जोशी
डॉक्टर : संदीप मेहता
नीरा : समिधा गुरु
लतिका : माधवी कुलकर्णी
मिनल : गायत्री खिचडी
बाबा शेख : शशी पवार
अंकुश : जयदीप शिंदे
शशी/वेटर : हर्षद शिंदे

अंक पहिला

प्रवेश पहिला

[रंगमंचावर लेव्हल्स्च्या मदतीने बहुउद्देशीय (मल्टिपर्पज) नेपथ्य. यात रंगमंचाच्या अगदी पुढच्या बाजूला डॉ. आनंद यांची क्लिनिक. एका बाजूला प्रतीकचे अमेरिकेतले घर. उर्वरित भाग कधी 'मुक्तांगण' असेल, कधी प्रतीकचे भारतातले घर, तर कधी फ्लोरिडातले हॉटेल होईल. प्रकाश योजनेच्या साहाय्याने आणि दिग्दर्शकाच्या मदतीने हा रंगमंच आणि ही स्थळं लवचीकरित्या वापरली जातील. पडदा उघडतो तेव्हा डॉ. आनंद यांच्या क्लिनिकचा भाग उजळतो. ते फोनवर बोलतायत. इंटरव्ह्यू घ्यायला आलेली नीरा त्यांच्या समोरच्या खुर्चीवर बसलीय.]

डॉक्टर : (फोनवर-) हं. बोला. मी डॉ. आनंद बोलतोय. नाही, अपॉईंटमेंट हवी असेल तर मिनलशी बोला. अच्छा, कॉन्फरन्स आहे! कुठे? सोलापूरला? तारखा काय आहेत? नाही, हो. अवघड आहे. याच तारखांना एक सेमिनार आहे. पुढच्या वर्षी थोडं आधी इन्फॉर्म करा, मी नक्की येईन. ओके. (फोन ठेवतात.) सॉरी, नीरा. सायलेंटवरच ठेवतो. म्हणजे आवश्यक वाटलं तरच घेईन.

नीरा : काही प्रॉब्लेम नाही सर—

डॉक्टर : आम्हाला स्वीच ऑफ पण करता येत नाही गं. जे मेडिसिनमध्ये असतात त्यांना 'इमर्जन्सी' होती असं निदान एक्सक्यूज तरी देता येतं-(इंटरकॉम लावत-) मिनल मी

एका इंटरव्ह्यूमध्ये आहे. थोडा वेळ कुणाला देऊ नकोस. हं. तर कुठे होतो आपण?

नीरा : सर, तुम्ही के.ई.एम.मध्ये नुकतेच जॉईन झालात. तेव्हाचा एक्सपिरियन्स सांगत होतात—

डॉक्टर : हं. तर मी के.ई.एम.मध्ये नुकताच जॉईन झालो आणि व्यसनी लोकांसाठी एक ट्रीटमेन्ट सेंटर सुरू करूया अशी कल्पना निघाली. मी तेव्हा तरुण. उत्साही. त्यामुळे ही कामगिरी पार पाडण्याचा अक्षरशः चंगच बांधला! अखेर हे आमचं सेंटर सुरू झालं आणि जंगलातल्या आदिवासींपासून ते शहरातल्या कामगारांपर्यंत अक्षरशः हजारो पेशंटशी यानिमित्ताने इंटरॅक्शन झालं, त्यांना ट्रीट करता आलं. काहींना बरं करता आलं. तर—

नीरा : काहींना म्हणजे? बरं होण्याचं प्रमाण खूप कमी आहे का सर?

डॉक्टर : बहुसंख्य पेशंट्स पूर्णपणे सुधारत नाहीत— इतका कावेबाज आणि चिवट आजार आहे हा—

नीरा : अगदी आजार, डिसीज् म्हणावं असं काय आहे यात?

डॉक्टर : नीरा, नॉट ॲट इझ म्हणजेच 'Dis-Ease'.

नीरा : मग या मंडळींना बदलायचा खटाटोप कधी व्यर्थ नाही वाटत?

डॉक्टर : नाही वाटत.

नीरा : का?

डॉक्टर : कारण जे बदलतात त्यांच्यात होणारा प्रचंड पॉझिटिव्ह बदल आपला माणसावरचा विश्वास वाढवतो. तुला सांगतो नीरा, मला 'घडवणाऱ्या' आणि 'बिघडवणाऱ्या' अशा दोन्ही पेशंट्सनी खूप काही शिकवलं आणि चकवलंही—

नीरा : पण इतर 'क्रॉनिक डिसिजेस्' झालेले पेशंट्स आणि 'ॲडिक्ट्स' यांच्यात तुम्ही एक 'तज्ज्ञ' म्हणून नेमका काय फरक सांगाल?

डॉक्टर : आमच्या 'तज्ज्ञपणा'ची हरघडी परीक्षा घेणारे पेशंट्स म्हणजे हे व्यसनी पेशंट्स—

नीरा : प्लीज एक्सप्लेन–

डॉक्टर : अगं, 'क्रॉनिक डिसिज्'मध्ये पेशंटला तुम्ही एखादं औषध देता तेव्हा त्याचा शरीरावर, त्याच्या पेशींवर काय परिणाम होईल याचा तुम्ही एक निश्चित अंदाज बांधू शकता. पण इथे स्वतःची आणि इतरांची फसगत करणं हाच या आजाराचा स्वभाव आहे. त्यामुळे एखादा 'अशक्य' वाटणारा पेशंट चमत्कार घडावा तसा सुधारतो आणि ज्याच्यावर तुम्ही आशा लावता तो तुमच्या अपेक्षांचा अक्षरशः चक्काचूर करतो–

नीरा : ग्रेट! सर, तुम्ही म्हणता त्याप्रमाणे तुमचं आजवर हजारो पेशंट्सशी इंटरॅक्शन झालंय... संबंध आलाय... पण असं कुणाशी विशेष नातं, 'बाँड' निर्माण झालाय का?

डॉक्टर : अनेकांशी. कित्येक जणांशी माझे घरोब्याचे संबंध आहेत. त्यांच्या आयुष्याकडे, धडपडीकडे माझं बारीक लक्ष आहे... उत्सुकता आहे—

नीरा : मी एका दिवाळी अंकात प्रतीक नावाच्या तुमच्या लाडक्या पेशंटबद्दल काहीतरी वाचलं होतं–

डॉक्टर : प्रतीक! हो. आहेच लाडका! मी त्याला गंमतीत 'लव्हेबल रास्कल' म्हणतो—

नीरा : पण त्याच्यात असं काय 'स्पेशल' होतं म्हणून तो तुमचा इतका जवळचा झाला?

डॉक्टर : म्हणजे तुला जर जर्नेलिस्ट म्हणून काही सेन्सेशनल वगैरे हवं असेल तर तसं काहीच नव्हतं. पण जर काही सेन्सिटीव्ह हवं असेल तर बरच काही होतं. म्हटलं तर आजच्या स्मार्ट, चलाख पिढीचा तो एक प्रतिनिधी—

नीरा : हा पण चिक्कार प्यायचा?

डॉक्टर : बापरे! चिक्कार! त्याच्या ॲडिक्शनच्या काळात बायकोने त्याच्या समोर अक्षरशः हात टेकले होते. मुलांना घेऊन

तिने वेगळं राहण्याची तयारी केली. तेव्हा कुठे हे महाशय पहिल्यांदा माझ्याकडे यायला तयार झाले. आजही मला आमची पहिली भेट स्पष्ट आठवते. बायको आणि वडिलांना बाहेरच बसण्याची सक्त ताकीद देऊन हा माझ्या समोर येऊन बसला–

[आता डॉक्टर केबिनमधून बाहेर येऊन प्रतीकजवळ येतात. फ्लॅशबॅकमधील नीरा डॉक्टरांचं आणि प्रतीकचं हे दृश्य जणू प्रत्यक्षत बघतेय— प्रतीक डिस्पेन्सरीत नाइलाजाने आल्यासारखा इकडेतिकडे बघत येतो. कपडे अव्यवस्थित. खुरटलेली दाढी. डॉक्टरांच्या समोर पाय ताणून बसतो.]

प्रतीक : (बेफिकीर, किंचित उर्मट) डॉक्टर, आधीच सांगतो, मला कोणतीही ट्रीटमेंट वगैरे घ्यायची नाही. फक्त घरच्यांचा आग्रह म्हणून आज मी तुमच्यासमोर बसलोय—

डॉक्टर : आधी नीट बसा—

प्रतीक : सॉरी! (तो पाय नीट करून बसतो.)

डॉक्टर : आता बोला—

प्रतीक : तर काय सांगत होतो—

डॉक्टर : तुम्हाला कोणत्याही ट्रीटमेंटची वगैरे गरज नाही. फक्त घरच्यांचा आग्रह म्हणून तुम्ही माझ्यासमोर बसलाय—

प्रतीक : करेक्ट! नो डाऊट माझी फ्रीक्वेन्सी वाढलीय...नो डाऊट थोडी क्वांटिटीही वाढली असेल. आय नो, मला कमी करायला पाहिजे. त्यासाठी काही मेडिसिन वगैरे वाटलं तर जरूर द्या. घेईन नं मी! पण बाकी ॲडमिट वगैरे व्हावं अशी माझी अजिबात कंडिशन नाही. आय ॲम डॅम शुअर माझा स्वतःवर पूर्ण कंन्ट्रोल आहे! आणि मला सांगा कोण घेत नाही? हल्ली कोणतं कॉर्पोरेट डिनर कॉकटेलशिवाय असतं? सांगा नं! इट्स पार्ट ऑफ अवर वर्किंग कल्चर! पाण्यामधे राहून माशांशीच वैर करायचं? (बाहेरच्या दिशेने) अरे, आम्ही जी टेन्शन्स झेलतो ती सहन करून दाखवा म्हणावं!

डॉक्टर : तुम्ही हे नेमकं कोणाला उद्देशून बोलताय?

प्रतीक : हे हे मला तुमच्याकडे घेऊन येणारे माझे फॅमेली मेंबर्स! बायको, बाप, सासरा ... सो कॉल्ड आप्त! थोडी जास्त घेतली तर लगेच ट्रीटमेंट द्यायला निघालेत! अहो, पाचशे सहा कोटींचं टर्नओव्हर असलेल्या कंपनीत सीनियर एक्झेक्युटिव लायझन अशी पोस्ट आहे माझी. आहे म्हणजे होती! सध्या एचआरला टाकलाय. नो डाऊट, डिमोशन झालंय. त्यांना काय, लगेच या डिमोशनलाही दारूचं लेबल लावायला मोकळे. तर माणसांना मॅनेज करायचं जोखमीचं काम हँडल केलंय मी. असे कित्येक 'हार्ड नट्स' खटाखट क्रॅक केलेत! जीवघेणी टेन्शन्स सहन केलीत. अशा वेळी ड्रिंक म्हणजे अक्षरशः औषध असतं हो आमच्यासाठी! तर यांना लगेच वाटतं माझा स्वतःवरचा कंट्रोल गेलाय. लगेच सोपवायचं डॉक्टरकडे की आपण मोकळे! (पुन्हा बाहेरच्या दिशेने बघत) त्यापेक्षा मारून टाका नं सरळ! च्यायला पित-पित तरी मरू द्या. (स्वतःशी) आता जगून तरी असे मोठे काय दिवे लावतोय? आयुष्यात आता हा एकमेव आनंद उरलाय डॉक्टर... त्यामुळे पिणं सोडणं सोडून बाकी काही सांगायचं असेल तर सांगा—

डॉक्टर : तुमचा निर्णय इतका ठाम असेल तर उठा. [प्रतीक गोंधळतो] उठा, उठा खाली उतरलात की उजव्या कोपऱ्यावरच एक बार आहे आणि डावीकडे दारूचं दुकान आहे. चला लवकर निघा—

प्रतीक : डॉक्टर तुमचं काहीतरी मिसअंडरस्टँडिंग झालंय—

डॉक्टर : आधी तुमचं मिसअंडरस्टँडिंग दूर करू द्या! मुळात माझ्याकडे भरपूर वेळ आहे म्हणून मला तुम्हाला ट्रीटमेंट देण्यात इंटरेस्ट आहे असं अजिबात समजू नका. किंवा तुम्ही दारू सोडावी म्हणून साकडं घालायला कुणी मोर्चा वगैरेही काढणार नाहीए. कारण इतके तुम्ही किंवा तुमचं

दारू सोडणं इतर कुणाच्याही दृष्टीने महत्त्वाचं नाहीए... तुम्हाला स्वतःसाठी सोडायची असेल तर मदत मिळेल!

प्रतीक : तशी मला कुणाच्या मदतीची गरज नाहीए. माझा स्वतःवर—

डॉक्टर : संपूर्ण कंट्रोल आहे असं चारदा म्हणता मग घरचेच लोक तुमचे शत्रू कसे झाले? तुम्हाला दोन गोड मुलं आणि समजूतदार बायको असताना आयुष्यात फक्त पिण्याचाच आनंद उरलाय असं म्हणता. याचाच अर्थ तुमचा स्वतःवरचा संपूर्ण कंट्रोल गेलाय असा होत नाही का? आपल्या पाच मिनिटांच्या संभाषणात तुम्ही पाचदा 'नो डाऊट' हा शब्द रिपीट केलात म्हणजे तुमच्या कम्युनिकेशन स्किलवर परिणाम झालाय हे तुमच्या लक्षात आलंय का? तुमचं पाच फूट सहा इंची शरीर तुम्ही मॅनेज करू शकत नाही तर पाचशे सहा कोटी टर्नओव्हरची कंपनी कुठून मॅनेज करणार? मुळात तुम्हाला दारू पिण्याचा आनंद मिळतोय हे तरी खरं आहे का? गेली वीस वर्षे तुम्ही घेताय. दोन ते बारा पेग असा तुमचा प्रवास आहे. ॲव्हरेज रोज चार पेग असा जरी हिशोब केला तरी कमीत कमी एकोणतीस हजार दोनशे पेग आजवर तुम्ही रिचवलेत.. आणि तुम्हाला वाटतंय तुम्ही ते पचवलेत. तुमचं हे लिपिड प्रोफाईल तुमच्या जॉब प्रोफाईलपेक्षाही भयानक आहे—

प्रतीक : मला एक सांगा डॉक्टर, सोडली नाही तर होऊन होऊन अजून काय वेगळं नुकसान होणारे?

डॉक्टर : प्रत्येक अवयवाचं 'डिमोशन' होणं तर ऑलरेडी सुरुच झालंय.. हळूहळू जिभेला चव कळेनाशी होईल. लिव्हरच्या पेशी तंतूमय होतील, पोटामधे पाणी साचेल, उलटीतून रक्त पडेल. डोळ्यांमधल्या पांढऱ्या रंगात पिवळा रंग मिसळायला लागेल.. नखांचा आकारही हळूहळू बदलायला लागेल–

प्रतीक : ठीक आहे. ठीक आहे. मी विचार करून उद्या सांगतो—

डॉक्टर : मग? मधल्या काळात पिणार की नाही?

प्रतीक : (अनावधानाने) हो आज पिणार!

डॉक्टर : मग विचार करणार कशाला म्हणताय?

प्रतीक : (ओशाळून) नाही, तसं नाही. पण तुम्ही गोळ्या वगैरे देणार की ॲडमिट—

डॉक्टर : प्रतीक, ट्रीटमेंट घ्यायची की नाही यावर आपलं बोलणं चाललंय.. कोणती आणि कशी ट्रीटमेंट द्यायची हा मुद्दा पहिला निर्णय झाला की त्यानंतर—

[प्रतीक निरुत्तर होऊन निघून जातो. फ्लॅशबॅक संपतो. डॉक्टर क्लिनिकमधेच बसलेल्या नीराशी आता पुन्हा बोलायला लागतात—]

...या पहिल्याच भेटीत माझ्या लक्षात आलं. मामला कठीण आहे. हुशार आणि हट्टी असं डेडली कॉम्बिनेशन आहे. म्हटलं, हा काही इतक्या सहजा सहजी ॲडमिट व्हायला तयार होणार नाही. एक दिवस लतिकाने अक्षरशः सापळा रचावा तसं त्याला अडकवलं.

[प्रतीकच्या घरावर प्रकाश केंद्रित होत जातो. क्लिनिकवर अंधुक प्रकाश. आता हे दृश्य डॉक्टर आणि नीरा दोघंही पाहताहेत घरी लतिकाचा भाऊ शशी आधीच येऊन बसलाय. लतिकाही प्रतीकची वाट बघतेय. प्रतीक आतून चेहरा पुसत येतो—]

प्रतीक : (सुस्तावलेल्या स्वरात-) अरे! काय भानगड आहे? आज सकाळीच फुल्ल कोरम?

लतिका : प्रतीक, आज आपल्याला 'मुक्तांगण'ला जायचंय—

प्रतीक : एकदा भेटून आलो होतो की?

लतिका : आज ॲडमिट व्हायला जायचंय—

प्रतीक : काय? आजचा मुहूर्त आहे?

लतिका : आज गुरुवार. ॲडमिशनचा दिवस आहे.

प्रतीक : मग हे तू मला काल सांगायला नको होतंस?

लतिका : त्यासाठी तू आधी शुद्धीवर असायला हवं होतंस!

प्रतीक : मग तू मला थांबवलं का नाहीस? की मुद्दामच घेऊ दिलीस?

लतिका : हो. कारण मागे मी तुला आधी विश्वासात घेऊन सांगितलं होतं तर तू बरोब्बर गुरुवारी गायब झालास आणि शुक्रवारीच प्रगटलास. चला लगेच निघायचय—

प्रतीक : बरी आहेस ना? मी आत्ता कुठे फ्रेश झालोय. महिनाभरासाठी जायचंय तर काही तयारी नको?

शशी : प्रतीक, त्यांच्याकडे आहे त्या कपड्यांनीशीच जायचं असतं.

प्रतीक : लतिका, मला पोटात ढवळल्यासारखं होतंय.

लतिका : हँगओव्हर आहे! गाडीत बसलास, हवा लागली की डोळा लागेल तुझा—

प्रतीक : लतिका, प्लीज— नेक्स्टाईम... पुढच्या गुरुवारी—

लतिका : तू शशीच्या गाडीत बस. हेमंत बरोबर आहे. मी मागच्या गाडीतून येते...

प्रतीक : लतिका ऐक माझं... मी काय म्हणतो...

[ती निघून जाते. क्षणभर अंधार. आता रंगमंचावरील 'मुक्तांगण'चा परिसर उजळतो.]

अंकुश : प्रतीक प्रधानऽऽ

[प्रतीक येतो. अंकुश आणि बाबा शेख प्रतीकचे कपडे चाचपडू लागतात. खिसे तपासू लागतात.]

प्रतीक : (वैतागून-) अरे एऽऽ, काय चाललंय काय तुमचं? यूसलेस. स्टूपिड. हात काढा. हाऊ डेअर यू? खिशात कसले हात घालताय?

[दोघेजण शांतपणे आता प्रतीकचे बूट काढायला लागतात.] इथलं हेड कोण आहे? माझा भाऊ कुठे आहे? शशीऽऽ

बाबा शेख : बंधू होते का ते तुमचे? आत्ताच गेले.

प्रतीक : हेमंतला बोलवा मग. हेमंत पंडित. मेव्हणा आहे माझा.

अंकुश	: (शर्टाची शिवण चाचपडत–) होंडा सिटी होती नं —
प्रतीक	: करेक्ट. तोच.
अंकुश	: त्यातच बसून गेले सगळे.
प्रतीक	: असे कसे जातील मला सोडून? आय मीन मला नं भेटता —
बाबा शेख	: इथे येणाऱ्या सगळ्याच नातेवाइकांना शेवटी जावं लागतं. कारण कोण कधी शुद्धीवर येईल ते सांगता येत नाही. तुमच्यासाठीही ते तसे बराच वेळ खोळंबले होते.
अंकुश	: पण मग थोडीशी चुळबूळ सुरू झाली.
बाबा शेख	: मग आम्हीच म्हटलं. आम्ही आहोत नं. तुम्ही निघा —
प्रतीक	: अरे व्हॉट डू यू मीन, 'आम्ही आहोत नं.' तुम्ही कोण माझे? आणि हा हा आचरटपणा काय लावलाय?
बाबा शेख	: शांत रहा. शांत व्हा. नियम कुणाला चुकलेत का?
प्रतीक	: भाडमध्ये गेले तुमचे नियम! मला चोर किंवा रस्त्यावरचा भिकारी समजू नका... मी असा तसा माणूस नाहीए —
बाबा शेख	: साहेब, 'माझे बूट सोन्याचे आहेत' असं म्हणून कुणी देवळात शिरू शकत नाही–
प्रतीक	: अरे पण मला हे प्रचंड 'इन्सल्टिंग' वाटतंय.
अंकुश	: हल्ली 'मॉल'मध्ये तरी 'सिक्युरिटी चेक'शिवाय आत जाता येतं का सांगा?
बाबा शेख	: खरं आहे —
अंकुश	: इथे चरस, गांजा, अफू, पावडर, क्वार्टर कोण कुठे आणि कशात लपवून आणेल ते सांगता येत नाही. म्हणून हे चेकिंग. काय बाबा?
बाबा शेख	: अहो, इतरांचं कशाला? मी अंडरपँटीत घेऊन आलो होतो–
प्रतीक	: म्हणजे? तुम्ही कोण आहात? इथले कर्मचारी की पेशंट?
बाबा शेख	: (मनमोकळे हसत–) अहो इथला कर्मचारी असो की कार्यकर्ता.. सगळेच एकेकाळचे पेशंट... त्यामुळे वाईट वाटून घेऊ नका राव. आम्हीही या सगळ्यातून गेलोय.

बरं, मी बाबा शेख आणि हा अंकुश. [अंकुश नमस्कार करतो.] मी इथला पेशंट. दोन वर्षांनी पुन्हा 'स्लिप' झाली. ॲडमिट झालो. गेल्या दहा वर्षांपासून मात्र मग इथेच कार्यकर्ता म्हणून जॉईन झालो. शर्ट काढा जरा—

प्रतीक : इथेच?

बाबा शेख : हो. इथेच.

[प्रतीक स्वतःहून शर्ट काढून त्यांच्या हातात देतो ते त्याला 'मुक्तांगण'चे कपडे देतात-]

प्रतीक : (दातओठ खात स्वतःशीच) लतिका, शशांक, हेमंत... भोसडीचे सगळे मला एकटं सोडून गेले-

बाबा शेख : (जाता जाता वळून) साहेब, आपल्या अड्ड्यांवर अहोरात्रं ढोसताना आपणही घरी त्यांना असं एकटंच सोडलं होतं. चला नाश्ता करून घ्या. (तो आत जायला निघतो.) आणि हो एक मिनिट, उद्या सकाळी AA ची मिटिंग आहे. बरोबर नऊ वाजता मेन हॉलमध्ये हजर व्हायचं.

प्रतीक : ही AA काय भानगड आहे?

बाबा शेख : 'अल्कोहोलिक ॲनॉनिमस!' सगळे व्यसनी लोक एकत्र येऊन त्यांचे अनुभव शेअर करतात—

प्रतीक : म्हणजे मदिरामंडळ म्हणा की सरळ—

बाबा शेख : नाही हो. इथे दारू सोडण्यासाठी एकत्र येतात. पंचाहत्तर वर्षांपूर्वीची गोष्ट आहे. काय झालं.. बिल विल्सन नावाचा एक शेअरब्रोकर आणि बॉब स्मिथ नावाचा एक सर्जन असे दोन अट्टल दारुडे दारूचे अनुभव शेअर करायला म्हणून एकत्र बसले आणि दारूपासूनच चक्क दूर गेले. पुढे ते इतरांशीही आपले अनुभव शेअर करायला लागले आणि इथून त्यांच्या एकत्र येण्याला 'AA' हे नाव दिलं गेलं-

अंकुश : आज दीडशेहून जास्त देशांत त्यांचं अस्तित्व आहे.

बाबा शेख : बरं अंकुश, आता यांना पहिल्या आठवड्याच्या पेशंट वॉर्डमध्ये घेऊन जा-

[अंकुश प्रतीकला घेऊन आत जातो.

अंधार.

प्रकाश पुन्हा डॉ. आनंद यांच्या क्लिनिकवर]

नीरा : मग त्यानंतर रुळला नं तिथे तो?

डॉक्टर : हो. हो. 'मुक्तांगण'मध्ये व्यवस्थित रुळला. आमचे अनिल अवचट, मुक्ता यांचाही आवडता झाला. अगदी सगळ्या उपक्रमांमध्ये हिरीरीने भाग घ्यायचा. पण नीरा व्यसन बंद झाल्यावर अशा पेशंटच्या मनात अचानक एक पोकळी निर्माण होते. प्रतीकने ही पोकळी भरून काढायला लतिकाविषयीच्या नाराजीचा, चिडचिडीचा आधार घेतला होता. अशा वेळी त्यांना पुन्हा भानावर आणावं लागतं. मला आठवतं 'मुक्तांगण'मधून बाहेर पडल्यावर तो पहिल्यांदा जेव्हा 'फॉलोअप'साठी लतिकासोबत माझ्याकडे आला तेव्हा —

[नीरा आता दृश्य पाहत उभी राहते.]

[प्रतीक आणि लतिका डॉक्टरांसमोर येऊन बसतात. एक अवघडलेला पॉझ.]

डॉक्टर : मला तरी तू सध्या एकदम फ्रेश वाटतोस —

प्रतीक : (सौम्य हसत–) थँक्स. डॉक्टर, निःसंकोचपणे तुम्हाला जे मला सांगायचंय ते आता बोला. मी अगदी —

डॉक्टर : नाही नाही. असं विशेष काही नाही —

प्रतीक : विशेष कसं नाही? लतिकाही तुम्हाला काहीतरी खुणावतेय —

डॉक्टर : छे. छे. माझं तिच्याकडे लक्षही नाही —

प्रतीक : पण माझं आहे नं —

डॉक्टर : अरे काही नाही. तुला एक छोटीशी सूचना. खरं म्हणजे सोयच म्हणूया हवं तर. तुला खिशात जास्त पैसे ठेवता येणार नाहीत.

प्रतीक : अहो पण आता मी पूर्ण बरा झालोय. आणि आता फॉलोअपसाठी तुमच्याकडे आलोय. तर अजूनही पेशंटसारखंच मला ट्रीट करताय. काय गं लतिका?

अजूनही घराबाहेर पडताना तुझ्यापुढेच हात पसरायचे का?

डॉक्टर : प्रतीक, ही लतिकाची नाही, माझी अट आहे. आणि काळजी करू नकोस, तू जिथे जाशील तिथे जाण्या-येण्यापुरते, चहा-पाण्यापुरते तुझ्या पाकिटात पैसे असणारच आहेत.

प्रतीक : धन्यवाद! तुमचे माझ्यावर अनंत उपकार आहेत.

लतिका : प्रतीक, असं बोलू नकोस. आम्हाला आवडतंय का तुझ्यावर अशी बंधनं घालणं?

प्रतीक : आपणच कमावलेले पैसे, आपल्याच पाकिटात भरायला इतरांची परवानगी लागते. याच्या काय यातना होत असतील नं मनाला ते तुम्हाला नाही कळायचं.

लतिका : 'पुरुषी मनाला' म्हणायचंय का तुला?

प्रतीक : हे पाहा डॉक्टर, हे हे असं हिचं बोलणं.

डॉक्टर : प्रतीक, आम्ही जणू एका निरपराध माणसावर अन्याय करतोय हे फीलिंग तू आधी डोक्यातून काढून टाक.

प्रतीक : छे. छे. मी आणि निरपराध? मला तर तुम्ही गुन्हेगारही ठरवू शकता.

डॉक्टर : तू गुन्हेगार नाहीस, पण निश्चितच काही चुका केलेल्या आहेस आणि त्या चुकांची जबाबदारी परिणामांसकट तुला घ्यावीच लागेल. आमचा तुझ्यावर विश्वास आहे. पण तुझ्या आजारावर नाही. म्हणून आजारातून उठल्यावर पथ्यपाणी पाळावंच लागतं. तसं आपण सगळ्यांनी मिळून ही खबरदारी घ्यायची आहे.

प्रतीक : 'सगळे मिळून करायला' माझी हरकत नाही. पण बघ लतिका, तुला असं डॉक्टरांसारखं नाही सांगता आलं.

लतिका : कारण मी डॉक्टर नाही. तुझी बायको आहे.
[तिघेही हसतात.]

डॉक्टर : थोडं कुढणं कमी झालं? [प्रतीक होकारार्थी मान डोलावतो.] लगेच 'हो' म्हणू नकोस. फील इट!

[क्षणभर शांतता.]

प्रतीक : आय थिंक, आय ॲम ॲट इट!

डॉक्टर : गुड!

प्रतीक : पण डॉक्टर अशा कुढण्यावरचं औषध काय?

डॉक्टर : क्षमा. फक्त स्वतःलाच नाही तर दुसऱ्यालाही क्षमा करणं. लतिका तुझ्याबरोबरच्या सगळ्या प्रसंगांत बिनचूक वागली असेल असं नाही. कारण तीही माणूसच आहे. पण तिने तुझ्याबद्दलचा आस्थेचा धागा अजूनही टिकवलाय हे लक्षात ठेव. ऑल द बेस्ट फॉर न्यू बिगिनिंग!

[प्रतीक आणि लतिका जातात. डॉक्टर पुन्हा नीराला उद्देशून—]

...त्यानंतर जवळ-जवळ महिनाभर माझा प्रतीकशी साधा फोनही झाला नाही. मीही माझ्या कामात पूर्णवेळ अडकलो होतो. एक दिवस तुझ्यासारखंच मला कुणीतरी भेटायला आलं होतं. आणि अचानक लतिका घाईघाईत आत आली. माझा तर ठोकाच चुकला. ती अक्षरशः दम लागल्यासारखा श्वास घेत होती. [लतिका घाईघाईत येते.]

डॉक्टर : अरे लतिका! ये! काय झालं एवढं?

लतिका : प्रतीक गाडी पार्क करतोय. म्हणून मी पुढे आले. तेवढ्याच वेळात म्हटलं, तुमच्याशी बोलावं—

डॉक्टर : कूल! बोल. बोल. पाणी पी आधी—

लतिका : नको. नको. ऐका. प्रतीकला एक ॲब्रॉडची असाईनमेंट आलीय—

डॉक्टर : अरे वा! काँग्रॅट्स!

लतिका : अरे वा काय डॉक्टर! तिथे तो एकटाच असणार. इथे तुम्ही असता. मी असते. पुन्हा घेणं सुरु झालं तर? तुम्ही सरळ 'जाऊ नकोस' म्हणा. तो फक्त तुमचंच ऐकेल. 'माझी परमिशनच नाही म्हणावं—'

डॉक्टर : आणि माझंही नाही ऐकलं तर?

लतिका : तर? तर काय याचा नाही मी विचार केला. किंवा त्याला मग तशी सक्त ताकीद तरी द्या. बरं, मी सांगितलंय असं सांगू नका ॲब्रॉडचं. ते त्याच्याच तोंडून ऐका—

डॉक्टर : आणि आश्चर्य वाटलं असंही दाखवू—

लतिका : (ओशाळून-) करेक्ट!

[एकदम फ्रेश मूडमधला प्रतीक वाऱ्यासारखा आत येतो.]

प्रतीक : हे डॉक! यूअर प्रतीक रॉक्स्! तुम्हाला सांगतो, फक्त एक मेल टाकली होती... एवढी चांगली अपॉर्च्युनिटी तर ठणठणीत बरा होतो तेव्हाही आली नव्हती.

डॉक्टर : कशाबद्दल बोलतोयस? कसली अपॉर्च्युनिटी?

प्रतीक : लतिका तू सांगितलं नाहीस? थँक्स! मला वाटलं ही पुढे आली म्हणजे आधीच पचकणार!

लतिका : मी कशाला सांगू?

प्रतीक : ॲब्रॉडची असाईनमेंट आली आहे डॉक्टर! आहात कुठे?

डॉक्टर : (प्रचंड आश्चर्य दाखवत) काय सांगतोस काय! ग्रेट! ग्रेट! क्या बात है! वंडरफुल! झक्कास! (प्रतीकला मिठी मारतात.)

प्रतीक : डॉक्टर, तुम्ही असे आज फेसबुकसारखे का रिॲक्ट होताय? मला क्षणभर वाटलं, मी अमेरिकेचा प्रेसिडेंड वगैरे झालोय की काय?

डॉक्टर : (लतिकाकडे चोरटे बघत) अरे बापरे, इतका ओव्हर रिॲक्ट झालो का मी?

लतिका : (सारवासारव करत) तुम्हाला आनंदच इतका झाला की—

प्रतीक : अरे व्हायलाच पाहिजे! दिलखुलास दाद द्यावी तर ती डॉक्टरांनीच! तुझ्यासारखं नाही. ही बघा नं डॉक्टर, कशी नर्व्हस आहे. तिला वाटतंय मी तिथे एकटा आहे म्हणजे पुन्हा—लगेच यांचं काळजीचं 'मीटर' डाऊन! ही काळजी, संशय कधी-कधी प्रचंड इरिटेट करतो हो डॉक्टर! उगाच नाही मी तिला 'पहारेकरी' म्हणत.

लतिका	: हो. आधी तुम्हीच तुमच्या वागणुकीने आमचे 'पहारेकरी' बनवा आणि वर आम्हालाच हसा—
डॉक्टर	: प्रतीक, तुला 'पहारेकरी' लादलेले वाटतात नं... मग लतिकाला तुझा 'एस्कॉर्ट' समज—
प्रतीक	: हिला 'एस्कॉर्ट' बनवून मला व्हीआयपीचा दर्जा दिल्याबद्दल थँक्स! तर पुढच्या आठवड्यात मी निघतोय— (वाकून नमस्कार करतो.)
डॉक्टर	: अरे अरे-
प्रतीक	: तुम्ही सोडून कुणासमोर वाकत नाही, डॉक्टर. अगदी देवासमोरही नाही. माझ्या पिण्याच्या काळात लतिका दोन-चार देवांना धरून असायची. मी एकदा तिला गंमतीत म्हणालो, अगं 'महाभारता'मध्येही कृष्ण आणि अर्जुनाच्या 'सोशल ड्रिंकिंग'चा उल्लेख आहे...
लतिका	: हे पाहा, हे असे यांचे विनोद.
प्रतीक	: खोटं आहे का सांगा?
डॉक्टर	: तुला तेवढंच बरं दिसलं. भगवत्गीता नाही दिसली.
प्रतीक	: (जीभ चावून कान धरत) येतो.
लतिका	: पण म्हणजे तुमची परमिशन आहे, डॉक्टर?
प्रतीक	: नमस्कार चमत्कार झालाय. आता बाण सुटलाय—
डॉक्टर	: खरं आहे. पण प्रतीक, एक सजेस्ट करू? तुला मला प्रश्न विचारून हैराण करायला आवडतं नं? मग मला तिथून पत्रं पाठवत जा की. नो इमेल्स हं! स्पेसिफिकली पत्रं हस्ताक्षरातलं त्यात व्यक्त होणं, शेअरिंग अपेक्षित आहे—
प्रतीक	: मस्त आयडिया! पण तुम्ही पण उत्तर दिलं पाहिजे. ऑफकोर्स तुमचा व्याप सांभाळून—
डॉक्टर	: देईन की.
प्रतीक	: डन!
डॉक्टर	: ऑल द बेस्ट!
	[लतिका दोघांकडे बघत राहते. प्रतीक काहीसा हळवा होतो.]

प्रतीक : मी तुम्हाला प्रॉमिस देतो डॉक्टर, एकदाही स्लिप होऊ देणार नाही. (तो वेगाने निघून जातो.)

डॉक्टर : (पुन्हा नीराशी) इथून आमच्यातल्या पत्रव्यवहार सुरू झाला आणि अशा पत्ररूपी संवादाच्या रूपाने नकळत रिकव्हरी प्रोसेसची एक गोष्टच तयार झाली.

नीरा : इतकी अवघड असते रिकव्हरी?

डॉक्टर : अवघड म्हणण्यापेक्षा खूप नाजूक आणि महत्त्वाचा असतो रिकव्हरीचा काळ! 'तो चिक्कार दारू पीत होता'पासून 'त्याने आता सोडलीय' या दोन वाक्यांच्या मध्ये घडणारं 'महाभारत' म्हणजे रिकव्हरी.

नीरा : म्हणजे सध्या हा प्रतीक अ‍ॅब्रॉडला आहे?

डॉक्टर : हो. फ्लोरिडाला. आणि तिथून त्याचं पहिलं पत्रं आलं..
[अंधार. स्थळ, काळ आणि देश बदल सूचित करणारे पार्श्वसंगीत.]

अंक पहिला

प्रवेश दुसरा

[आता रंगमंचावर प्रतीकच्या अमेरिकेतल्या फ्लॅटवरचा प्रकाश उजळत जातो. खुर्चीवर बसलेला प्रतीक पत्रं लिहितोय. क्लिनिकवरही अंधुक प्रकाश.]

प्रतीक : डॉक्टर, इथे पोहोचून आठ दिवस झाले... पण एअरपोर्टवरचा लतिकाचा चेहरा अजून आठवतोय... तसाच ओढलेला, हिरमुसलेला... (पत्रं लिहीत असलेला प्रतीक आता उठून पत्रातला मजकूर बोलल्यासारखा संवादात रूपांतरित करतो. सरळ-सरळ डॉक्टरांशी जणू प्रत्यक्ष बोलू लागतो. दरम्यान नीरा हा संवादही जणू प्रत्यक्षच बघतेय.) बाकी ऑफिसमध्ये तसा जम बसतोय. मल्टिरेशल लोक आहेत. पण मी सगळ्यांशी जमवून घेतोय. रोज डायरी लिहितो, योगासनं करतो. तशी माझी राहण्याची जागा छान आहे. तीन खोल्या. सगळ्या सोयी. वीस मिनिटांवर ऑफिस. जवळच एक मोठ्ठं सुपरमार्केट. सुपरमार्केटवरून आठवलं, मला सांगा डॉक्टर, लतिकाने पहिल्याच फोनवर वाईन शॉप्स्, बार, पब जवळ आहेत का, याची चौकशी करणं म्हणजे जरा अतीच नाही होत? दारूचा प्रॉब्लेम मला आहे की तिला?

डॉक्टर : (नीराला) दारू जरी हे लोकं घेत असले तरी त्याचा खरा प्रॉब्लेम सगळ्या घरालाच होतो. सगळं घरच आजारी पडतं. त्यातही बायको तर सगळ्यात मोठी सफरर! एक तर

आधी आपला नवरा व्यसनामुळे 'आजारी' आहे हे डायजेस्ट करणं अवघड जातं. शिवाय सोशल प्रेशर्स. त्यामुळे बहुसंख्य पेशंट्सच्या बायका या एक तर बी.पी. पेशंट्स असतात किंवा त्यांच्या मागे कायमचे डोकेदुखी, पाठदुखीसारखे आजार तरी लागलेले असतात.

[रिसेप्शनिस्ट कम सेक्रेटरी मिनल येते.]

मिनल : सर, देशपांडे आलेत.

डॉक्टर : आलोच. नीरा, दहा-पंधरा मिनिटांत येतो. एक अपॉईंटमेंट होती. मिनल, यांना काहीतरी वाचायला दे. मॅगझिन्स वगैरे—

नीरा : नको. त्यापेक्षा सर, त्या प्रतीकची पत्रं असतील तर चाळायला आवडतील-

डॉक्टर : अरे बापरे! ती आता इथे असतील की घरी— (ते ड्रॉवर उघडून बघतात) मिनल—

मिनल : सर तुमच्या दोघांच्या कॉरस्पाँडन्सची फाईल इथेच आहे—

डॉक्टर : फाइल?

मिनल : सरदेसाईंना नव्हती का द्यायची... पुस्तकासाठी?

डॉक्टर : अरे हो. विसरलोच. ग्रेट! मग दे जरा यांना ती.

[डॉक्टर घाईत जातात. मिनल फाईल आणून नीराला देते. नीरा प्रतीकचे एक पत्र वाचायला लागते. फ्लॅशबॅक. डॉक्टर केबिनमध्ये येतात एक पत्र फोडून वाचायला लागतात. हेच पत्र अमेरिकेतल्या घरी लिहिता-लिहिता स्वगतरूपी व्यक्त होताना प्रतीक दिसतो. आता इथून पुढे काही काळ नीरा पत्रं वाचतेय आणि त्या पत्रामधला प्रतीक-डॉक्टरांमधला संवाद जणू तिच्या डोळ्यासमोर घडतोय अशी कल्पना.]

प्रतीक : आज इकडे आल्यानंतरचा पहिला रविवार. अचानक एकटेपणा अंगावर तुटून पडला. एवढ्या मोठ्या डबलबेडवर मी एकटाच! 'मुक्तांगण'च्या वॉर्ड्समध्ये

आम्ही आपापल्या कॉट्स एकमेकांना जोडून का घ्यायचो ते अचानक समजलं. भांडी घासायला सिंककडे आलो. गरम-थंड पाण्याचे नळ. हाताने फेस केला, कितीतरी वेळ त्या फेसाच्या बुडबुड्यांकडेच मस्त बघत बसलो. मग एकेक डिश अगदी हळूवारपणे धुतली. काचेचा स्पर्श, पाण्याची ऊब, बुडबुडे— खूप मजा आली. कॅन यू इमॅजिन अर्धा-पाऊण तास चालला होता हा माझा कार्यक्रम! गंमत म्हणजे एकटेपणाही कमी झाला. हो— आपल्याकडे 'मुक्तांगण'ला भांडी ड्युटी लागली की खूप चरफडायचो. अक्षरशः शिक्षाच वाटायची. च्यायला! आपण एवढे कन्सल्टंट दर्जाचे टेक्नोक्रॅट आणि इथे भांडी घासायला लागतायत... असं वाटायचं. पण लयीत केलं तर शिक्षा राहातच नाही कुठलं काम... हे आज कळलं!

तुमचा पेशंट,
प्रतीक

[आता डॉक्टर सरळ प्रतीकशी प्रत्यक्ष बोलायला लागतात.]

डॉक्टर : प्रिय प्रतीक,
तुझं पत्र मी तीन वेळा वाचलं. खूप मोकळेपणाने नेमक्या शब्दांत लिहितोस रे तू.

प्रतीक : डॉक्टर, ही तुमची खास स्टाईल बरं का! आधी पाठ थोपटायची आणि मग कान उपटायचे—

डॉक्टर : (दिलखुलास हसत) अगदी मनापासून तुला कॉम्लिमेंट देतोय. मी तर म्हणेन भांडी घासण्याचा तुझा वेळ म्हणजे एक प्रकारचं मेडिटेशनच होतं—

प्रतीक : हे जरा अतिच होतंय असं नाही वाटत?

डॉक्टर : अरे ध्यान म्हणजे काय प्रत्येक वेळी चटई घालून पद्मासनातच बसायला हवं का? करत असलेली कोणतीही कृती ध्यान देऊन करणं म्हणजेच ध्यान! आपल्या प्रत्येक क्षणामध्येच मेडिटेशनची पॉवर असते प्रतीक... फक्त ती

समजून न घेतल्यामुळे आपल्याला ध्यानासाठी वेगळा वेळ काढावा लागतो.

प्रतीक : फँटॅस्टिक थॉट आहे हो हा!

डॉक्टर : तुला साधी गोष्ट सांगतो. पुढच्या वेळी तुझ्या फोनची रिंग वाजेल नं तेव्हा धाडकन् उचलू नकोस. तीनचार वेळा वाजू दे. तुझं लक्ष फक्त बेलच्या आवाजावर कॉन्सन्ट्रेट कर. त्याच्याबरोबर श्वासाची गती जोडता येतेय का ते पाहायचंय... घाई न करता... आणि मग हे छान जमलं याच्या आनंदात हसऱ्या चेहऱ्याने रिसिव्हर उचलायचा. आणि म्हणायचं— 'हॅलोऽऽ'! हे पण मेडिटेशनच आहे. सध्या मी करण्याचा प्रयत्न करतोय. तूही करून पाहा.
[प्रतीकच्या फ्लॅटमध्ये फोनची बेल वाजते. प्रतीक ताडकन् उठून जायला निघतो. पण मग त्याला डॉक्टर आठवण करून देतात.]

डॉक्टर : धाडकन् उचलू नकोस. तीनचार वेळा वाजू दे ती रिंग.

प्रतीक : (स्वतःशीच) झाल्या की चार रिंग्ज्. उचलू का? पण मध्येच दीर्घ श्वास घ्यायचं राहिलंच. [तो दीर्घ श्वास घ्यायचा प्रयत्न करतो. तेवढ्यात किचनमध्ये कुकरची शिट्टी वाजते.] आत्ताच कुकरची शिट्टी व्हायची गरज होती का? [प्रतीक धावत आत जाऊन गॅस बंद करून येतो. फोनकडे वेगाने जातो. दरम्यान प्रतीकच्या भारतातल्या घरात लतिका हँडसेटवर प्रतीक फोन उचलण्याची वाट पाहतेय. अस्वस्थ.]

डॉक्टर : (त्याला अडवत) फोनच्या बेलबरोबर श्वासाची गती जोडण्याचा प्रयत्न करायचा—

प्रतीक : अहो श्वासाच्या गतीचं काय सांगताय? इथे धाप लागायची वेळ आली. (चिडून फोन घ्यायला लागतो.)

डॉक्टर : आता आनंदाने हसऱ्या चेहऱ्याने रिसिव्हर उचलायचा आणि सॉफ्ट आवाजात म्हणायचं- हॅलोऽऽ.

प्रतीक : (चिडून) हॅलोऽऽ मे आय नो- हू इज कॉलिंग.

[तिकडे प्रतीकच्या भारतातल्या घरी लतिका फोनवर बोलतेय.]

लतिका : अरे, लतिका बोलतेय. आणि एवढं चिडायला काय झालं?

प्रतीक : अगं काही नाही. 'मेडिटेशन'चा प्रयत्न करत होतो.

लतिका : हे असं? मेडिटेशन? फोन उचलायलाही किती उशीर? एकापाठोपाठ नुस्त्या बेल वाजत होत्या.

प्रतीक : अगं डॉक्टरांनीच सांगितलं होतं... बेल नुस्त्या ऐकत राहा म्हणून —

लतिका : प्रतीक, काहीतरी पटेल असं कारण सांग.

प्रतीक : तू हवं तर आत्ता फोन करून डॉक्टरांना विचार.

लतिका : मला काहीतरी वेगळाच वास येतोय.

प्रतीक : मला मात्र तुझ्या बोलण्यातून नेहमीचाच वास येतोय. संशयाचा. तू आत्ता पहिली फ्लाईट पकड आणि इकडे येऊन बघ.

[तो चिडून धाडकन् फोन ठेवतो. लतिका पुन्हा दुसऱ्याच क्षणापासून फोनची बेल वाजवायला लागते. प्रतीक टेबलाच्या दिशेने चालत येऊन खुर्चीवर बसतो.]

प्रतीक : डॉक्टर तुम्ही तळटीप द्यायला विसरलात. 'बायकोने केलेल्या फोनच्या बेलवर 'मेडिटेशन' करणे धोक्याचे आहे!'

डॉक्टर : (मनापासून हसत) झालं तुझं लतिकाबद्दलचं टाँटींग पुन्हा सुरू?

प्रतीक : नाही हो डॉक्टर, गंमत केली. आणि राग असा नैसर्गिकपणे बाहेर पडतो त्याला काय करू?

डॉक्टर : सांगू? आधी लतिकाबद्दलची एक सुरेख, सुखद आठवण मनात आण आणि छानपैकी हस.

प्रतीक : तुम्हाला काय होतंय, छानपैकी हस म्हणायला. च्यायला! छान हसताना आमची इथे दमछाक होते. तरी प्रयत्न करतो. अरे, पण म्हणजे आधी 'हसू' की 'आठवण' काढू? बघू एकाच वेळी दोन्ही गोष्टी जमतायत का?

[तो आरशासमोर वेगवेगळ्या प्रकारे हसता-हसता जुन्या आठवणीत जातो. प्रतीकचे भारतातले घर आता पुन्हा प्रकाशमान होते.]

लतिका : प्रतीकऽऽ अरे काय करतोयस? (तो आरशासमोर तयार होताना बघून-) कुठे निघालास?

प्रतीक : अगं फणशा आणि पाध्ये पण येतायत. आमच्या कलिगचा, त्या जयेशचा बर्थडे आहे नं. म्हटलं माझ्याच गाडीने आरामात जाऊ या—

लतिका : (खजील होत-) ए काय रे! (थोडं लाडिक) मस्ट आहे का आत्ता जाणं?

प्रतीक : (प्रतीकही त्याच लाडीक बोलण्याची नक्कल करीत) मग आजच्या वाढदिवसाला उद्या जाऊन कसं चालेल? [लतिका त्याला मिठी मारते.] काय झालं? आर यू ओके? आज स्वतःहून? [लतिका हातात रिपोर्ट देते. प्रतीक वाचतो.] हे हे खरं आहे? हे हे असं खरं असतं? हा हा असाच रिपोर्ट दाखवतात का? हे हे असंच लाजतात का? [तो तिला उचलायला लागतो.]

लतिका : नको-

प्रतीक : सॉरी.. सॉरी.. सॉरी. तू बस. नीट बस. आय ॲम झॅप्ड! अच्छा! म्हणजे तू रिपोर्ट आणायला गेली होतीस. हाऊ इज ही... शी... इट... दे...

लतिका : ही, शी काहीही चालेल... 'दे' एकाच वेळी नको. आधीच तुला सांभाळताना तारांबळ उडतेय.

प्रतीक : मी... मी... मी... बाप होणार! क्या बात है! यू आर राईट! आज ॲक्च्युअली आपण दोघांनीच ही मोमेंट सेलिब्रेट करायला हवी. आय ॲम ऑन द टॉप ऑफ द वर्ल्ड!

लतिका : अरे एकदा तरी मलाही सामावून घे. मी पण पहिल्यांदाच आई होणारे. किती रे तू स्वतःच्याच प्रेमात—

प्रतीक : का? का? तुझ्यावर काय कमी प्रेम आहे. लतिका, तू आज मला जे खूष केलंस नं... उसका जवाब नहीं! या

क्षणासारखा मला दुसरा आनंद आठवत नाहीए गं... तुला प्रॉमिस देतो... इतकं सुखात ठेवेन तुला आणि त्याला मी... की लोकांनी म्हणायला पाहिजे... 'बाप असावा तर असा—'

लतिका : लोकांनी कशाला म्हणायला पाहिजे? तुझ्या पोराला किंवा पोरीला जाणवलं तरी पुरे.

प्रतीक : खूप स्वप्न आहेत माझी... (प्रतीक हळवा होतो. दुसऱ्याच क्षणी भराभर दोन ग्लास काढतो.)

लतिका : अरे हे काय? तुला तिथेही घ्यावी लागेल नं—

प्रतीक : (दारू ओतत) ते मला काही माहीत नाही. जस्ट विल हॅव अ लिटल फन. टू सेलिब्रेट धिस मोमेंट!

लतिका : वेडा आहेस का?

प्रतीक : थोडीशी घ्यावीच लागेल. नाही तर उद्या तो होणारा पोरगा बोंब मारेल. (लक्षात येऊन-) ओह. सॉरी! आता तुला चालणार नाही. नाही का? ठीक आहे. मी घेतो. ग्रेट! (टेपरेकॉर्डर लावतो आणि त्या संगीताच्या तालावर लतिकाबरोबर बॉल डान्स करीत बोलू लागतो.)

लतिका, दारू ही सगळ्या अंगाने प्यायची गोष्ट आहे... म्हणूनच कॉकटेल्सचे रंग वेगळे, वास वेगळे, चव वेगळी आणि ग्लास वेगवेगळे! आणि ऑकेजन्सही वेगळी! आणि सगळ्या संवेदना आहेत पण 'साऊंड' नाही म्हणूनच किणकिणाट करायचा आणि म्हणायचं. 'चिअर्स' फॉर धिस ग्रेटेस्ट गुड न्यूज!

[अचानक डॉक्टर तिथे प्रत्यक्ष येऊन टेपरेकॉर्डर बंद करतात-लतिका वेगाने आत निघून जाते. Flashback संपतो. डॉक्टर प्रतीकशी बोलू लागतात.]

डॉक्टर : अरे, मी तुला लतिकाची एखादी सुखद आठवण काढ म्हणालो होतो नं... तर ती ही शेवटी दारूपाशीच येऊन थांबली. तुमच्या विचारांच्या बसेस कुठूनही निघाल्या तरी शेवटी याच आगारात येऊन थांबतात का रे?

प्रतीक : सॉरी डॉक्टर! काय करू? हल्ली हे असंच होतं... सतत सुरुवातीच्या काळातल्या दारू पितानाच्या आठवणी मनात येत राहतात. कधी कॉलेजमधल्या काळातलं पिणं आठवतं. तर कधी मी मंद प्रकाशात माझ्या फेव्हरेट हॉटेलमध्ये एकटाच मस्त पेग घेत बसलोय असंही दृश्य दिसतं. डॉक्टर, या अशा दारूच्या आठवणी येणं चांगलं की वाईट? यामुळे क्रेव्हिंग वाढू शकतं का? हा शब्द मी तुमच्या तोंडूनच पहिल्यांदा ऐकला होता. क्रेव्हिंग म्हणजे आसक्ती. 'अशी तीव्र इच्छा जी अजिबात लांबणीवर टाकता येत नाही आणि जी पूर्ण करण्यासाठी कोणताही विधिनिषेध पाळला जात नाही! पण मला सांगा डॉक्टर, आम्ही लोक अजूनही या आसक्तीकडे 'आवड' म्हणूनच का पाहतो? तुम्ही सगळे माझ्या कहाणीतली भीषणता मला सांगता, तरी ती मला त्या वेळी का कळत नाही? या आसक्तीसाठी नेमकं जबाबदार कोण? मी? माझा पूर्व इतिहास? माझी परिस्थिती? की आनुवंशिकता? ही सगळी मजा, कधी आणि कशी निसटते हो आयुष्यातून? इनफ क्वेश्चन्स फॉर यू, आय गेस!

[प्रतीक आत निघून जातो. डॉक्टर आतापर्यंत हा संवाद ऐकणाऱ्या नीराकडे वळून आता बोलू लागतात.]

नीरा : (डॉक्टरांकडे बघत) अरे बापरे! हा तर प्रश्नांचं बंबार्डिंगच करतो.

डॉक्टर : पण प्रश्न अफलातून आहेत की नाही? म्हणून तर बुद्धिमान ॲडिक्ट पेशंट्स जास्त कटकटीचे असतात असं मी म्हणतो. कारण ते स्वतःचं समर्थन करण्यात आपली बुद्धी पणाला लावतात.

नीरा : मग तुम्ही काय उत्तर दिलं? खरंच, अशा मनात येणाऱ्या दारूच्या आठवणींचं पेशंटने काय करायचं?

डॉक्टर : या नुस्त्या आठवणी नसतात नीरा, पुन्हा एकदा 'सोशल ड्रिंकर' होऊन बघण्याची सुप्त इच्छा त्यात दडलेली असते.

नीरा	: पण मग त्या इच्छेचं काय करायचं? कारण ती दडपली तर अधिक तीव्र होणार —
डॉक्टर	: करेक्ट! आणि तिला थोडा अधिक वाव दिला तर पुन्हा 'एकच प्याला' नाटक घडणार! म्हणूनच एकेकाळच्या 'सोशल ड्रिंकिंग'चे इंटरेस्टींग अनुभव मनात येतच राहणार हे सत्य आपण आधी मान्य करायचं. पण प्रत्येक सुखद अनुभव पुन्हापुन्हा घेत राहिलाच पाहिजे हा अट्टाहास सोडायचा. त्यामुळे दारूच्या आठवणी कधी तरी मनात येऊन जाणं हे नॅचरल आहे, पण त्याबरोबर येणारी सुखद भावना वाढायला लागली तर मात्र तो 'सिग्नल' समजायचा—

[मिनल येते.]

नीरा	: सर, तुमची गोळी घ्यायची वेळ झाली.

[त्यांच्या हातात बी.पी.ची गोळी देते. जाते.]

नीरा	: डॉक्टर, पण लाल की हिरवा?
डॉक्टर	: (मनापासून हसत) प्रतीकसारख्यांसाठी रस्त्यावर नेहमीच 'लाल सिग्नल' आहे. त्याला तिथे थांबावंच लागणार. (टिपॉयवरच्या ग्लासात ठेवलेलं पाणी उचलून गोळी घेतात. ग्लास खाली ठेवताना त्यावरून त्यांना काही सूचतं) नीरा, दारू पिणाऱ्या माणसांचे पाच बोटांसारखे, पाच भाग असतात — म्हणजे ग्लास उचलताना आपण पाचही बोटं सहसा वापरतो नं तसे — त्यातली करंगळी म्हणजे पिणाऱ्यांचा पहिला गट. हे लोक महिना-पंधरा दिवसांतून क्वचित एखाद्या पार्टीला थोडीशी, चवीने घेतात. पण त्यात संयम असतो. पुढचं बोट म्हणजे दुसरा गट. हे लोक होळी, गटारी, थर्टी-फर्स्ट डिसेंबर किंवा एखाद्या पिकनिकला असे वर्षातले पाच-सात दिवसच घेतील; इतर दिवशी ते दारूला स्पर्शही करणार नाहीत. पण या दिवशी मात्र फूल टू टाईट होईपर्यंत पितील. मधलं बोट तिसऱ्या ग्रुपचं. ही मंडळी रोज नित्यनेमानं पिणारी.

पण वर्षानुवर्षं तोच 'कोटा' कायम ठेवणारी. चौथं बोटं म्हणजे 'इंटरव्हल'ने पिणाऱ्यांचं. काही दिवस स्विच ऑन काही दिवस स्विच ऑफ. म्हणजे Binge Drinkers. एकदा सुरुवात केली की ते स्वतःला त्या वेळी थांबवू शकत नाहीत. आठ-पंधरा दिवसांनंतर ठरावीक गॅपनंतर पुन्हा सुरू. आणि पाचवा गट म्हणजे अंगठा. त्याशिवाय ग्लास उचलताच येणार नाही. लेव्हल जरा खाली गेली की लगेच दारू लागते. माझा एक पेशंट सांगायचा, 'सकाळ ते रात्र मी 'ठिबक सिंचन' पद्धतीने पितो. थोडी-थोडी.' यापैकी माझा एक सायकॉलॉजिस्ट म्हणून संबंध येतो तो चौथ्या आणि पाचव्या गटाशी. कारण याच ग्रुप्सना उपचाराची खरी गरज असते.

नीरा : पण चौथ्या आणि पाचव्या ग्रुपमध्ये प्रवेश केलाय हे केव्हा कळतं?

डॉक्टर : दारूचा तुमच्या सर्वांगावर होणारा दुष्परिणाम दिसायला लागतो तेव्हा. तुमची प्रॉडक्टिविटी कमी होते. बिहेवियरल पॅटर्न बदलतो. पिणं थांबवणं अशक्य होऊन बसतं. असं झालं की समजायचं— 'मेंदूच्या पेशींचा, दारू या रसायनाला प्रतिसाद देण्याच्या पद्धतीतच कायम स्वरूपाचा बदल झालाय.' आता तूच सांग, प्रतीकसारख्या माणसांनी पुन्हा एकदा 'सोशल ड्रिंकर' व्हायचा धोका पत्करावा का? मी नेहमी एक वाक्य सगळ्या पेशंट्सना सांगतो तेच प्रतीकलाही सांगितलं— इट इज इंडीड हार्ड टु स्टॉप ड्रिंकिंग. बट आय ॲम डुईंग इट. बिकॉज इट विल बी हार्डर इफ आय कंटिन्यू.

[मध्ये थोडासा वेळ गेल्याचे सूचित करणारे पार्श्वसंगीत. हे संगीत सुरू असतानाच डॉक्टरांना बोलवायला पुन्हा मिनल येते. डॉक्टर खुणेनेच 'पाच मिनिटांत येतो,' असे नीराला सांगतात. नीरा पुढचं पत्रं वाचायला पुन्हा फाईलमधे डोके घालते. अमेरिकेतल्या घरावर पुन्हा प्रकाश.]

प्रतीक : प्रिय डॉक्टर...

काल मला 'मुक्तांगण'ला ॲडमिट होऊन बरोब्बर दीडशे दिवस झाले! म्हणजे पाच महिने. या निमित्ताने काल रात्रभर मी विचार करीत राहिलो की का झालं असेल असं माझं?

[इथून पुढे प्रतीक फक्त त्याच्या घरातूनच न बोलता — सर्व रंगमंचावर फिरतो — पत्र वाचताना पत्र लिहिणारा जणू आपल्या जवळच उभा राहून बोलतो या संकल्पनेने डॉक्टरांच्या जवळ-दूर जातो. घरांच्या अदृश्य भिंती तोडतो.]

मला सगळं कसं फर्स्टक्लास लागतं असं मी नेहमी अभिमानाने म्हणायचो. ब्रँडेड वस्तू आणि कपड्यांच्या कॅरीबॅग्ज घरी कोपऱ्यात पडून असल्या की कसं सेफ वाटायचं! या माझ्या अट्टाहासाचा माझ्या व्यसनाशी संबध असावा का? मी माझ्या साध्यासाध्या बोलण्यातही बेमालूमपणे बढाया मिसळतो. सही करायला पेन बाहेर काढलं तरी त्याचा ब्रँड समोरच्याला दिसावा अशा पद्धतीने मी ते पेन बोटांमध्ये खेळवतो. माझी हौस नेमकी कधी फिटते? एखाद्या वस्तूचा मी मनोसक्त वापर केल्यावर की त्या वस्तूची मालकी सगळ्यांनी मान्य केल्यावर? लग्न ठरल्यावर लतिकालाही मी दागिन्यांसारखं तर नव्हतो मिरवत? ॲक्चुअली उत्तम गोष्टींचा आस्वाद घेणं हा काही गुन्हा नव्हे. पण माझं लक्ष त्या वस्तूच्या आस्वादापेक्षा त्याच्या मालकीत असतं का? इतरांची पारखही त्या व्यक्तीची बुद्धिमत्ता आणि स्वभाव यांपेक्षा मी त्याच्या आर्थिक ऐपतीवरून करतो. ॲण्ड इट स्टार्टेड डिस्टर्बिंग मी... कधी कधी वाटतं माझ्यामध्ये एक 'मी' आहे आणि एक 'तो' आहे. ज्याला सगळ्या गोष्टी संयमाने करायला आवडतात तो 'मी' आहे आणि ज्याला उधळायला आवडतं तो 'तो' आहे. माझ्या ॲडिक्शनच्या काळात 'तो' फार प्रबळ झाला होता आणि 'मी' अशक्त होत

गेलो.. पण व्यसन नसतानाही 'तो' मला सारखा जाणवत होता. म्हणजे 'तो' नेमका आहे कोण? पुन्हा 'तो' म्हणजे 'व्हीलन' आणि 'मी' म्हणजे 'हिरो' हे तरी बरोबर आहे का?

[आता प्रतीक पुन्हा अमेरिकेतल्या घरापर्यंत पोहोचतो.]

डॉक्टर : प्रिय प्रतीक,

व्यसनापासून दूर राहण्यासाठी गेले पाच महिने तू जे मनःपूर्वक प्रयत्न करतोयस त्या प्रयत्नांबद्दल अभिनंदन! तुझं पत्रं वाचताना एक वाक्य आठवलं.. 'आयुष्य अंगावर वागवताना सुटाबुटासारखं वागवू नये तर ते ढगळ नाईटड्रेस सारखं वागवावं..' 'वेअर युअर लाईफ लाइक अ लूज गार्मेंट!' जगण्यातल्या सगळ्या सोयीसुविधांचा अट्टाहासाने वापर करणं म्हणजे त्यांना स्वतःला चिकटवून घेणं. अंगाला चिकटल्या तर सोयीही गैरसोयीच्या होतात. म्हणून कोणत्याही गोष्टीची, वस्तूची गुलामी नको, मालकीतून येणारी अहंकाराची भावना नको..

[आता डॉक्टरही प्रतीकच्या अमेरिकेतल्या घरात प्रवेशून त्याच्याशी बोलतात–]

प्रतीक, आज आपण सगळेच एका भुकेल्या भुताच्या प्रदेशात राहतोय. या भुताला तृप्तीचा ढेकर कधी येणारच नाही असा शाप आहे. पैसा हाती लागला की अधिक पैसा, एक घर. दुसरं... मग तिसरं... चौथं फार्म हाऊस, पाचवी जमीन. दुसरी गाडी. सहावं क्रेडीट कार्ड. सातवं अकाऊंट. शेअर्स, म्युचुअल फंड, एका पिढीची तरतूद. मग दुसऱ्या पिढीची. मग तिसऱ्या. समाधानाच्या शोधातला असमाधानाचा रस्ता संपतच नाही... जणू काही पैसा हाती आला की याच सिलॅबसने जावं लागतं असा नियमच आहे. तो मोडला तर वरून लक्ष्मी जशी काही स्टेऑर्डरच आणणारेय! किंवा जणू तुमच्यावर गरिबीचाच आळ येणारेय. पैशाच्या विनियोगातही काहीच कल्पकता,

सृजनशीलता नसावी? हे सगळे पैसे वाढवण्याचे मार्ग जरूर असतील पण ते सत्कारणी लागले असं आपण म्हणू शकतो का? प्रतीक, आपल्याला नेमकं काय हवंय, आणि कशासाठी, हा 'तो' आणि 'मी' मधला खरा संघर्ष आहे.

प्रतीक : पैसे खर्च करतानाही त्यात क्रिएटिव्हीटी असावी हा मला विचारच आवडला! क्या बात है! डॉक्टर, दोन दिवसांपूर्वी मला ऑफिसातून शाबासकीचं एक पत्रं मिळालं. (त्यांना एन्व्हलप देतो. ते काढून वाचतात.) नव्या ठिकाणी दोन महिन्याच्या आत पत्र मिळवणारा मी पहिलाच एम्प्लॉयी. लेट अस होप माझं जुनं स्किल मला परत मिळायला लागलंय बहुधा.. एक नक्की, मी परत येईन नं डॉक्टर तेव्हा माझ्याकडे भरपूर पैसे असतील.. त्यानंतर मी आठवड्याचा काही वेळ व्यसनमुक्तीच्या कार्याला देणार! तुम्ही म्हणता तसा पैशांचा क्रिएटिव्ह वापरही होईल आणि माझ्या ज्ञानाचा इतरांना फायदाही होईल. हे कसं वाटतंय?

डॉक्टर : प्रतीक, तुझ्या ऑफिसमधे तुला कौशल्य गवसलं याचं समाधान अधिक की दोन महिन्यांच्या आत प्रशस्तिपत्रक मिळालं याचं समाधान अधिक? आणि स्वतःची पूर्ण ओळख होण्याआधी इतरांना मदत करण्याची इच्छा नको. तिचं रूपांतरही नशेत होऊ शकतं. त्यापेक्षा स्वतःचं शिक्षणं अजून संपलेलं नाही याची जाणीव ठेवावी. रिकव्हरी इज नॉट द एण्ड ऑफ ॲडिक्शन. बट इट इज एण्ड ऑफ इग्नरन्स अबाऊट द ॲडिक्शन! व्यसनमुक्ती म्हणजे फक्त व्यसनाची अखेर नव्हे तर व्यसनाबद्दलाच्या अज्ञानापासूनची मुक्ती! म्हणून दारूच्या नशेपासून दूर असलास तरी इतर अनेक नशा आपल्या आजूबाजूला आहेत याची जाणीव ठेव. (डॉक्टर पत्राचा एन्व्हलप त्याला परत देतात.)

प्रतीक : डॉक्टर, तुम्ही म्हणजे थोडंही स्वतःच्या भ्रमांमध्ये तरंगू देत नाही हो. लगेच आमची विमानं जमिनीवर उतरवता. मग

ते विमान नशेचं असो की बढायांचं. डॉक्टर, 'मुक्तांगण'मधून बाहेर पडल्यावर तुटलेली नाती जोडण्याचा प्रयत्न केला. ठरवलं जे काही करायचं ते फक्त शब्दांमधून नाही तर कृतीमधूनही करायचं. स्वतःच्या रिकव्हरीचा एक भाग म्हणून. लतिकाला बसस्टॉपपर्यंत सोडायचं ठरवून मीही तिच्या निघायच्या वेळी सकाळी सव्वासातलाच स्कूटरपाशी तयार राहिलो. तिच्या चेहऱ्यावर आश्चर्य दिसलं... पण ती बोलली काहीच नाही. आठ दिवस मी तिला स्टॉपपर्यंत सोडत होतो. नवव्या दिवशी तिने स्कूटरवर मागे बसल्यावर स्वतःचे दोन्ही हात माझ्या खांद्यावर ठेवले... 'मला या पुढे तुझं तोंडही बघायचं नाही' असं हज्जारदा म्हणणाऱ्या लतिकाचा तो हात होता... त्या स्पर्शातली ऊब... (गहिवरून येत)... मला त्या दिवशी हेही कळलं की, मी आत्ता चांगला वागलो म्हणून त्याचे ताबडतोब रिटर्न्स मिळायला पाहिजेत असा उतावीळपणा नको. साला, पेशन्स वाढवायला हवा. माझ्याकडे अजून तोच कमी आहे. डॉक्टर, पेशन्स वाढवण्यासाठी काही मेडिसिन आहे का हो?

डॉक्टर : आहे की. लिहून घे—

प्रतीक : आहे. क्या बात है! हमारे डॉक्टरसाब के पास हर तकलिफ का इलाज है. एक मिनिट थांबा हं. पेन घेतो. (तो घाईघाईत पेन उघडतो.) हं सांगा—

डॉक्टर : एनओटीएव्हीएआयएलएबीएलइ

प्रतीक : व्हेरी गुड.

डॉक्टर : आता वाचून बघ—

प्रतीक : नोटाव्हेलेबल— नॉट अॅव्हेलेबल? खेचताय नं माझी ?

डॉक्टर : (हसून) अरे मग तुला पेशन्स वाढवायलाही औषध हवं? सर्दीवर औषध हवं. डोकेदुखीवर औषध हवं. बाय द वे, सर्दीवरचं बेस्ट मेडिसिन कोणतं आहे माहितीय नं? जे नं वापरता बाटलीतच उरतं ते! या आजारांवर कोणतंही

औषध लागू होत नाही हे मेडिकली सिद्ध झालेलं सत्य आहे. तरीही ते हवं. कारण आम्हाला कोणताही डिसकम्फर्ट, कोणतीही वेदना सहन करायला वेळच नाही. मग पेशन्स वाढणार कसा? वेदना ही खरं तर आपल्या शारीरिक अस्तित्वाचाच एक भाग आहे. तो समजून घ्या. अरे, कुष्ठरोगी माणसाला शरीराला वेदना व्हावी म्हणून प्रार्थना करावी लागते, मग तुम्हाला वेदनेची देणगी मिळालीए तर ती थोडी अंगावर वागवा की... दारूची कळ येते नं तर ती सहन करण्यासाठी काही तंत्र आत्मसात करायला शिका—

प्रतीक : अहो काय काय शिकायचं? आमचं शिक्षण कधी संपणार की नाही?

डॉक्टर : इथलं शिक्षण संपतच नाही. AA चा संस्थापक बिल विल्सन म्हणायचा, आमची मीटिंग म्हणजे नवीन नवीन गोष्टी शिकवणारा एक प्रकारचा 'बालवर्ग'च असतो—

प्रतीक : डॉक्टर, तुम्ही आत्ता उल्लेख केलात म्हणून सांगतो. त्या AA च्या मिटिंगमधलं ते शेअरिंग मात्र सुरुवातीला जाम बोअरिंग झालं हं. त्यांच्याकडे आधी ते, 'मी एक बेवडा आहे' असं मोठ्याने म्हणायला काय लावतात आणि मग इतरांनी, 'हाय प्रतीक' म्हणायचं. या सगळ्याचा मला अक्षरशः तिटकारा आला.

डॉक्टर : अरे, असं म्हणायला लावून तिथे तुम्हाला सत्याची कबुली द्यायला भाग पाडतात आणि त्यानंतरच ट्रीटमेंटसाठी तुमच्या मनाची कवाडं उघडतात.

प्रतीक : पण त्या मिटिंगमधल्या शेअरिंगमधून खरंच काही हाती लागतं का? मला आठवतंय, एकदा आपण बायकोला कसं बदडलं होतं आणि मग नंतर आपल्यालाच कशी लाज वाटली वगैरे असं एकाने रंगवून रंगवून सांगितलं होतं. मी लतिकावर कधी साधा हातही उगारलेला नाही, मग मी कशाला ते ऐकू? माझा काय संबंध?

डॉक्टर	: प्रतीक, ते कसे आणि काय बोलतात यापेक्षा आपण ती 'कथनं' कशी ऐकतो हा प्रश्न आहे. तू त्या अनुभवाशी जसंच्या तसं साधर्म्य शोधण्याचा प्रयत्न का करतोयस? त्यापेक्षा तू याच पद्धतीचे तुझ्या आयुष्यातले इतर अनुभव आठवून पाहा नं!
प्रतीक	: (थोडं उपहासाने) आता तुम्हाला मला काय आठवून द्यायचंय, डॉक्टर?
डॉक्टर	: तू लतिकाच्या अंगाला हात लावला नाहीस हे जरी खरं असलं तरी वेळोवेळी उपहासात्मक बोलून तिला सतत टोचायचास हे विसरलास? मेंटल अब्यूज इज समटाइम्स वर्स दॅन फिजिकल अब्यूज हे मी तुला सांगायची गरज नाही.
प्रतीक	: अगदी 'मेंटल अब्यूज' म्हणावं असं काय केलंय मी?
डॉक्टर	: मलाच सांगताना ऑक्वर्ड होतंय. पण त्या पिरियडमध्ये तुझा विवेक संपूर्णपणे तुझ्या ताब्यातून गेला होता. स्वभावातल्या संशयीपणाने डोकं वर काढल्यामुळे लतिकाच्या एका ऑफिसमधल्या मित्रावरून तू तिला वारंवार छेडत होतास हे विसरलास?
	[पत्रं वाचणारी नीरा अचानक टोकाची अस्वस्थ व्हायला लागते.]
प्रतीक	: हो पण 'मुक्तांगण'नंतर मी लतिकाला सॉरीही म्हणालो होतो. एवढंच नाही तर माझ्यामुळे त्या काळात ज्यांना-ज्यांना त्रास झाला त्यांना मी स्वतः फोन करून माफी मागितली होती. [नीरा सैरभैर होऊन तिची पर्स शोधायला लागते.] आणि मला वाटतंय, लतिकानेही मला त्याबाबतीत माफ केलं असावं... [तो रागात आत निघून जातो. पाठोपाठ डॉक्टरही त्याची समजूत काढत त्याच्या मागे जातात. फ्लॅशबॅक संपतो.]
	[दरम्यान नीराला पर्स सापडते. ती पर्समध्ये हात घालून काहीतरी शोधायला लागते. तिच्या अस्वस्थतेकडे आता

डॉक्टरांचे लक्ष जाते. नीराला हवी ती गोष्ट सापडत नाही म्हणून ती पर्स उपडी करते... एक कागदाची पुडी तिच्या हाती सापडते... ती पॅनिक होऊन ती पुडी उघडते आणि त्यातल्या गोळ्या डेस्परेटली खायला लागते... तिला दरदरून घाम फुटलाय... इतक्यात परत आलेले डॉक्टर काहीतरी जाणवून पुढे होतात आणि तिच्या हातातली पुडी हिसकावून घेतात.]

डॉक्टर : नीरा, काय झालं? कसल्या गोळ्या आहेत या?

[नीरा गोळ्या लपवायला लागते तरी त्या डॉक्टरांच्या हाती लागतातच.]

पेंट्वीन? या कशासाठी घेतेस तू? काय होतंय तुला?

नीरा : फिलिंग अनइजी— म्हणून— (ती अजून घ्यायला लागते.)

डॉक्टर : म्हणून इतक्या? थांब...थांब...

नीरा : डॉक्टर, घेऊ द्या मला, प्लीज

डॉक्टर : अगं वेडी झालीस का? पंधरा आहेत या! मरशील!

नीरा : विश्वास ठेवा डॉक्टर, मला काही होणार नाही. मला सत्तर-ऐंशीची सवय आहे.

डॉक्टर : स्ट्यूपिड! तुला कळतं की मला? मी सायकीएट्रीस्ट आहे.

नीरा : मी एम.डी. डॉक्टर आहे.

[ती उरलेल्या गोळ्या हिसकावून तोंडात टाकायला लागते तेव्हा डॉक्टर तिचा हात पकडून अडवतात.]

डॉक्टर : म्हणजे तू जर्नेलिस्ट नाहीएस? मग कोण आहेस?

नीरा : ॲडिक्ट फक्त ॲडिक्ट असतो, डॉक्टर!

[हळूहळू पडदा...]

अंक दुसरा

प्रवेश पहिला

[पहिला अंक संपतानाचेच दृश्य आहे त्या बिंदूपासून पुन्हा सुरू होते.]

डॉक्टर : म्हणजे तू जर्नेलिस्ट नाही आहेस? मग कोण आहेस?

नीरा : ॲडिक्ट हे फक्त ॲडिक्ट असतात डॉक्टर— (शांतता.) सॉरी, मी तुम्हाला त्रास दिला—

डॉक्टर : त्याबद्दल आपण नंतर बोलू. आत्ता याक्षणी तुला मेडिकली मदत मिळण्याची गरज आहे. मी तुझ्या घरच्यांना बोलवतो. नवऱ्याचा नंबर दे.

नीरा : अं—

डॉक्टर : किंवा आई-वडिलांचा, भावाचा कुणाचाही दे. त्यांना आपण इथेच बोलावून घेऊ. तोपर्यंत तू इथेच रेस्ट घे.

नीरा : नको. नको. आय ॲम फाईन! रेस्ट मला गाडीत मिळेल. ड्रायव्हर आहे. कुणीतरी फक्त कारपर्यंत सोडलं तरी चालेल.

डॉक्टर : पण मला तुला असं सोडता येणार नाही. नीरा यू आर अ डॉक्टर... यू शुड अंडरस्टॅण्ड द ग्राव्हिटी. तुला ॲडमिट व्हावं लागेल. ॲण्ड डोन्ट फील ऑकवर्ड... 'मुक्तांगण'मध्ये ॲडिक्ट बायकांसाठी खास 'निशिगंध' नावाचा वेगळा वॉर्ड आहे. गेल्या पाच वर्षांत चारशे बायका तिकडे ॲडमिट झाल्या आहेत. विश्वास ठेव, तुझ्या सारख्याच इतरही अनेकजणी हा प्रॉब्लेम फेस करतायत.

नीरा : पण त्यात कुणी माझ्यासारखी 'डॉक्टर पेशंट' नसेल नं?

डॉक्टर : दुर्दैवाने आहेत. आपल्यासारख्या डॉक्टरांची तर काही खास ॲडिक्शन्स आहेत. उदाहरणार्थ, तुझ्या या पेनकिलर गोळ्या किंवा काही हिप्नॉटिक औषधं... कारण तुला-मला ती कोणत्याही प्रिस्क्रिप्शनशिवाय सहज उपलब्ध होतात नं. मग घ्यायचा गैरफायदा. व्हायचं ॲडिक्ट.

नीरा : थँक्स फॉर युवर सपोर्ट अँड गायडन्स डॉक्टर!

डॉक्टर : मला आभार प्रदर्शन नकोय. ट्रीटमेंटसाठी तुझी आणि तुझ्या घरच्यांची संमती हवीय. घरी मी फोन करू की तूच करतेयस?

नीरा : डॉक्टर, गिव्ह मी सम टाइम. माझ्या फॅमेलीत सध्या थोडे प्रॉब्लेम्स सुरू आहेत. ते सॉल्व्ह होऊ द्या. मग मी स्वतःहून ॲडमिट होईन.

[मिनल येते.]

मिनल, मला जरा खालपर्यंत सोडायला यालं?

[मिनल न कळून डॉक्टरांकडे बघते. डॉक्टर खुणेनच होकार भरतात. मिनल निघते. नीरा तिच्या बॅगेत प्रतीकच्या पत्रांची फाईल टाकते. क्षणभर डॉक्टरांकडे बघते आणि यंत्रवत मिनलचा हात धरून बाहेर पडते. डॉक्टर खुर्चीवर बसून विचारात हरवतात. अचानक त्यांना काहीतरी आठवल्यासारखं होतं आणि ते टेबलवर शोधाशोध करायला लागतात. तेवढ्यात मिनल नीराला सोडून वर येते. डॉक्टर तिला बघून—]

मिनल ती फाईल कुठे गेली? माझ्या आणि प्रतीकच्या कॉरस्पॉण्डन्टसची... मला जस्ट बघायचं होतं कोणतं पत्रं वाचताना नीरा अपसेट झाली... [मिनल शोधायला लागते.] कारण मला स्पष्ट आठवतंय तिने गोळ्या घेण्याआधी आठवणीने एका पत्रात बुकमार्क ठेवला होता.

मिनल : सर, त्यांच्याकडे मोठी शबनम होती... फाईल चुकून घेऊन तर गेल्या नसतील—

डॉक्टर	: शक्य आहे.
मिनल	: सर, मी तिला फोन करून परत बोलवते. ओरिजिनल कॉपी आहे ती —
डॉक्टर	: तिची अवस्था आहे का तिला परत बोलावून घ्यायची? तू पण नं मिनल —
मिनल	: सर, कुठे हरवली वगैरे तर काय करायचं? आधीच ती अशी —
डॉक्टर	: कुठे पळून जाणार आहे ती? नंतर फोन करून मागवून घे.
मिनल	: ठीकंय–

[मिनल नाइलाजाने मान हलवते आणि आत निघून जाते. डॉक्टर नीराकडून हिसकावून घेतलेल्या गोळ्यांच्या बाटलीकडे बघत विचारात असतानाच अंधार. पार्श्वसंगीत.]

– *अंधार* –

अंक दुसरा

प्रवेश दुसरा

[अंधारातच लतिकाचे रेकॉर्डेड पत्र ऐकू येते — शेवटच्या वाक्यांवर रंगमंच हळूहळू उजळत जातो. क्लिनिकवर डॉक्टर हेच पत्र वाचताना दिसतात. नंतर प्रकाश प्रतीकच्या फ्लॅटवर.]

आदरणीय डॉक्टर,

स.न.,

डॉक्टर, मी तुम्हाला प्रत्यक्ष अनेक वेळा भेटले असले तरीही पत्र लिहिण्याचा हा पहिलाच प्रसंग. काही चूक झाली तर प्लीज माफ करा. खरं तर मी तुम्हाला फोनच करणार होते. पण फोन नको. फोनवर फक्त एका आवेगाने मनातली भडास सांगितली जाईल... मी पूर्वीसारखी इमोशनल वगैरे होईन. त्यापेक्षा वाटलं, यावेळी आपणही पत्रं लिहून बघूया. दोन दिवसांपूर्वी इथे अमेरिकेत आले. खरं तर मी सुट्टीसाठी अमेरिकेला यावं म्हणून प्रतीकनंच तिकिटं पाठवली होती. त्यामुळे मी खूप छान मूडमध्ये होते. पण एअरपोर्टवर तो मला न्यायला आला आणि मला जाणवलं की मला अपेक्षित असलेला कोणताही उत्साह त्याच्या वागण्यात नाहीए. जेवढ्यास तेवढी उत्तरं देत होता. घरी पोहोचलो तरीही तेच —

[अमेरिकेच्या फ्लॅटमध्ये नुकतेच एअरपोर्टवरून घरी पोहोचलेले प्रतीक-लतिका. हातात बॅग्ज.]

लतिका : अरे व्वा! छान ठेवलाय रे फ्लॅट. एकदम क्लीन अँड नीट! मला आवरायला काहीच ठेवलं नाहीस—

प्रतीक : हं— थँक्स!

लतिका : बरं बोल. आज काय बनवू? सगळी पीठं आणलीयत. थालीपीठ बनवू?

प्रतीक : चालेल—

लतिका : आणि कढीभात तुझ्या आवडीचा?

प्रतीक : नो प्रॉब्लेम!

लतिका : त्यात प्रॉब्लेम काय असायचा? नाहीतर चिकन वगैरे बनवते... फ्रिजरमध्ये आहे का काही?

प्रतीक : नको. तू आजच आलीयस—

लतिका : मग काय झालं! तू आहेस की मदतीला—

प्रतीक : हो. मी आहेच—

लतिका : अरे तुला दाखवायलाच विसरले. [ती मोबाईल समोर धरत] हे बघ, साहिलच्या बर्थडेचे फोटो.

प्रतीक : (बघितल्यासारखे करत) हं. अमलाने मेल केले होते.

लतिका : अरे हो. वेबकॅमवर मुलांशी बोलूया का?

प्रतीक : आत्ता?

लतिका : बरं नको. नंतर बोलू. डॉक्टरांना लिहिलं होतंस पत्रं? की त्यांचंच आलं होतं?

प्रतीक : युनिट टेस्टचा रिझल्ट आला अमलाचा?

लतिका : एवढं विषय बदलायला काय झालं? नेहमी डॉक्टरांचं पत्रं, तुझं पत्रं... असा झेरॉक्सचा सेटच पाठवायचास मला. म्हणून विचारलं. यावेळी तुझ्या बोलण्यात काहीच रेफरन्स नाही त्यांचा—

प्रतीक : हं— (प्रतीक आत बेडरूमकडे निघून जातो.)

लतिका : [आता वळून ती क्लिनिकमधला डॉक्टरांशी बोलू लागते.] हे असंच घुम्यासारखं हं आणि हूं चाललेलं होतं. त्याचं नेमकं काय बिनसलं असेल हो डॉक्टर? आणि असंच वागायचं होतं तर त्याने मला आग्रहाने इकडे बोलावून तरी

का घेतलं? आम्ही संध्याकाळी फिरायला गेलो तेव्हाही तेच. मीच आपली बोलतेय. त्याचा रिस्पॉन्स जेवढ्यास तेवढा. नातेवाइकांच्या एका सभेत तुम्ही सांगितलेलं आठवलं, मनातले संशय आधी काऊन्सलरकडे बोला, डायरेक्ट पेशंटबरोबर नको... आपलं भांडण त्याच्या 'व्यसना'शी आहे त्या 'व्यक्ती'शी नाही... आणि व्यसनाच्या आजारात चढ-उतार होतात, स्लिप होऊ शकते हे मान्य करायलाच हवं... सगळे मुद्दे जसेच्या तस्से आठवत गेले... घामच फुटला...परका देश... मी तर इथे कुणाला म्हणजे कुणालाच ओळखत नाही.. मुलांची कळवळून आठवण आली. त्यांना फोन केला तर.. तर ते दोघेही आजी आजोबांकडे मजेत आहेत... डॉक्टर, ही माणसं भडकली तरी जशी भीती वाटते... तशीच भीती ते खूप शांत, चांगले वागले तरी वाटायला लागते... का कोण जाणे, मी खूप रडले... आणि पुन्हा मूळ पदावर आले... माझ्यातली 'पेशंट'ची 'पत्नी' जागी झाली आणि मी इथला सगळा फ्लॅट बारीक नजरेने शोधला... पण संशयास्पद अजून तरी काहीच सापडलं नाही... काय विचित्र मन असतं पाहा डॉक्टर, प्रतीकचं पिणं प्रचंड वाढलं होतं तेव्हा वाटायचं, यातून बाहेर पडणंच शक्य नाही... आता बाहेर पडण्याची वेळ आलीय तर वाटतं, हे टिकेल की नाही? या सततच्या टेन्शनमुळे वागण्यातली उत्स्फूर्तताच निघून चाललीय... (थोडीशी ऑकवर्ड) तुमच्यापासून काय लपवायचं? आता मला तर त्याच्यामध्ये 'तसं' आकर्षणही वाटत नाही. तो भाग मेलाच माझ्यामधला. पण आता अमेरिकेला येऊन त्याला जवळ-जवळ आठ-नऊ महिने झाले तरीही 'त्या' बाबतीत तो आग्रही वाटला नाही. मला कळत नाही, याला नॉर्मल म्हणायचं की ॲबनॉर्मल. पूर्वी आम्ही खूप फ्रँकली बोलायचो या विषयावर... पण आता तसं कम्युनिकेशनही

थांबलंच आहे पूर्ण. ही कोंडी कशी फुटणार? तसा आज पहाटे तो झोपेमध्ये माझ्याजवळ सरकला तेव्हा मीही त्याला कुशीत घेतलाच... बेसावध क्षणी कुठून कोण जाणे पण प्रेम उचंबळून आलं... माझं मलाच आश्चर्य वाटलंऽ... नवरा-बायकोचं नातं हे जर गूढ असेल तर अल्कोहोलिक नवरा-बायकोचं नातं म्हणजे 'महागूढच' असणार नाही? गेले दीड दिवस हा माझ्याशी असा का वागतोय, डॉक्टर? खरंच पिणं पुन्हा सुरू नसेल नं झालं? हे निभावून नेणं मला कठीण चाललंय... सॉरी, पहिल्याच पत्रात मी तुम्हाला बोअर केलं. तुम्ही या पत्राला उत्तर लिहू नका... मी तुमच्याशी फोनवर बोलेन... किंवा मी प्रतीकलाच सांगेन नं सरळ की मला खूप अस्वस्थ वाटलं आणि मी तुम्हाला पत्रं लिहिलं... त्याला हे पत्रं दाखवलं तर चालेल नं?

[क्लिनिकमधले डॉक्टर लतिकाच्या पत्राला उत्तर देता-देता जणू तिच्याशी संवादातून व्यक्त होताहेत]

डॉक्टर : लतिका,

यू आर ॲन अमेझिंग कपल! खूपच मस्त आहे तुमची जोडी. दोघेही पत्रं किती ओघवत्या शैलीत लिहिता! तू मला लिहिलेलं पत्रं प्रतीकला दाखवण्याची कल्पनाही मला खूप आवडली! प्रतीकला अचानक असं वागायला काय झालं याचं एक्स्प्लनेशन आज ना उद्या तो देईलच मला. तेव्हा त्यावर बोलू. पण त्याआधी मला तुझ्याशी बोलायचंय— [ते लेव्हल चढून आता अमेरिकेतल्या फ्लॅटमध्ये येतात.]

लतिका, एखाद्या कुटुंबात व्यसनाचा आजार शिरतो तेव्हा तो पेशंटलाच नाही तर सगळ्या घरालाच पोखरून टाकतो. म्हणून तर या आजाराला फॅमिली सिकनेस म्हणतात... दारू पिणाऱ्याचं आधी शरीर पोखरत जातं आणि मग मन आजारी पडतं... तर त्याच्या बायकोचं

आधी मन खचत जातं आणि मग शरीरही कमकुवत होत जातं...

लतिका, रिकव्हरीच्या काळात नात्यांची पुनर्मांडणी करावी लागते. नात्यामध्ये कालची भंग पावलेली स्वप्नही नकोत आणि उद्याच्या अवास्तव अपेक्षाही नकोत. कारण नुसतं संतापून काहीच साध्य होत नाही. धुसफुसत जाणाऱ्या संतापाने माणसाच्या आरोग्यात भरीव वाढ झाल्याची उदाहरणं नाहीत. आजच्या वागण्यावर, आजच्या सहवासावर आणि त्याची गोडी वाढवण्यावर दोघांनाही भर द्यायला हवा... तुझ्या लक्षात येईल, सहवास फुलू लागला तरच स्पर्शाला बहर येतो आणि त्यानंतर शरीरसुख येतं... तुम्ही असं का नाही करत? दोघांनी एकमेकांशी पुन्हा नव्याने ओळख करून घ्यायची... मी आणि माझी बायकोही अनेकदा रात्री कितीही उशीर झाला तरी दोन-तीन डाव पत्ते खेळतो. आम्हाला त्यातून फ्रेश वाटतं... मजा येते... एकत्र येऊन काहीतरी बिनमहत्त्वाची क्रिया करा... इथे कृतीला नाही एकत्र येण्याला महत्त्व आहे. कोणतं नातं पूर्ण आहे? कोणत्या नात्यामध्ये आपण असा दावा करू शकतो की समोरची व्यक्ती मला शंभर टक्के कळलीय? अपूर्ण नात्यांनाच पूर्णत्वाची ओढ असू शकते... तुझ्या अमेरिकेत असण्याचा जास्तीत जास्त चांगला उपयोग कर. प्रतीकची काळजी तू नेहमीच करतेस. जरा स्वतःचीही घे. (ते निघून जातात.)

[लतिकाचे डोळे पाणावतात. ती पत्र ठेवते. आणि पुन्हा घर आवरायला लागते. अचानक एक चिठोरे खाली पडते... लतिका ते उचलते आणि बघते तर त्यावर कुणाचा तरी फोन नंबर लिहिलेला आहे. तिला आधी काय करावे ते सुचत नाही. ती सहज तो नंबर लावून बघते... स्टेजच्या दुसऱ्या कोपऱ्यात नीरा तो फोन उचलते.]

नीरा : हॅलो...येस... मे आय नो हू इज कॉलिंग?
[लतिकाला क्षणभर काय बोलावं ते कळत नाही.]

लतिका : मे आय नो हू इज ऑन द लाईन?

नीरा : सॉरी. फोन तुम्ही केलाय. तुम्ही आधी तुमचं नाव सांगा—

लतिका : सॉरी. चुकून लागला वाटतं—

नीरा : स्ट्यूपिड!
[लतिका फोन ठेवते... ती अचानक पुन्हा फोन लावते.]

नीरा : नॉन सेन्स! तुम्हाला सांगितलं नं? रॉंग नंबर म्हणून—

लतिका : हॅलो, आता चुकून नाही लावला. तुम्ही प्रतीकला ओळखता का?

नीरा : हो.

लतिका : कुणी त्याच्या ऑफिसमधल्या कलिग आहात का?

नीरा : कलिग असेन किंवा फियान्सी. तुमचा काय संबंध?
[लतिका फोन ठेवते. नीराच्या चेहऱ्यावर विचित्र हसू. ती फोन ठेवून पुन्हा लावते. नुसतीच रिंग वाजते. आता लतिका फोन उचलत नाही.]

लतिका : (घाईघाईत डॉक्टरांना फोन लावते.) डॉक्टर तुमचं पत्रं मिळालं. थँक्स! इतकं सविस्तर आणि छान लिहिलंत. आमच्या सारख्यांसाठी तुम्ही इतका वेळ काढता. इतका वेळ काढता आमच्या सारख्यांसाठी खरंच—

डॉक्टर : काय झालं लतिका? तू माझ्याशी बोलतेयस. पण मन नाही आहे त्यात.

लतिका : डॉक्टर ॲक्युअली मी इतक्या चांगल्या मूडमध्ये होते. सगळा पॉझिटीव्हनेस गोळा करून प्रतीकशी इतकं चांगलं वागणार होते. पण—

डॉक्टर : तुझ्या शोध मोहिमेत पुन्हा काही सापडलं का?

लतिका : हो. सापडलं... पण या वेळी बाटली नाही... गादीखाली एक चिठ्ठी सापडली... त्यावरचा नंबर बघून मला वाटलं की करून बघावा कुणाचा आहे तो फोन. तर भेटली एक अतिशय उर्मट वाटावी अशी मुलगी किंवा बाईही असेल

कदाचित... तिचं नाव काही कळू दिलं नाही... पण मी प्रतीकच्या तुम्ही कोण विचारल्यावर 'कलिग' असेन किंवा 'फियान्सी' म्हणाली.

डॉक्टर : पण मुळात त्या नंबरला तू प्रतीकला विचारल्याशिवाय फोनच का केलास? किंवा फार तर तो घरी आल्यावर हा नंबर कुणाचाय... इथे मिळाला... असं त्याला सहज सांगायचं.

लतिका : बरोबर आहे. पण खरं सांगायचं तर मला वाटलं हा कुणी प्रतीकचा सप्लायर वगैरे तर नसेल—

डॉक्टर : सप्लायर?

लतिका : ड्रिंक्सचा. मागे असे काही छुपे नंबर मला त्याच्या पाकिटात मिळाले होते.

डॉक्टर : लतिका, म्हणजे पुन्हा तुझा 'संशयकल्लोळ' सुरू झाला...? प्रतीकवर पूर्ण विश्वास ठेवायचा असं ठरलंय नं आपलं—

लतिका : पण डॉक्टर कोण असेल ही? त्याच्या गप्प गप्प राहण्याचं कारण ही तर नसेल? की दारू सोडल्यामुळे निर्माण झालेली पोकळी भरून काढण्याचं हे त्याने शोधलेलं उत्तर असेल? असंही होऊ शकतं का रिकव्हरीच्या काळात? आतापर्यंत पुन्हा दारू पिणं म्हणजेच 'स्लिप' असं समजत होते... पण असाही घसरू शकतो का एखाद्याचा पाय?

डॉक्टर : लतिका हीच वेळ आहे स्वतःला थांबवण्याची. कुठून कुठे पोचतेयस तू? तुझ्या संशयाच्या व्यसनाची ही अशी पुन्हा 'स्लिप' होऊ देऊ नकोस.

[अंधार... म्युझिक... अंधारातच प्रतीकचे शब्द ऐकू येतात.]

प्रतीक : प्रिय लतिका आणि डॉक्टर—

वारंवार अपराध करणाऱ्याचा दयेचा अर्ज विचारात घेतला जात नाही याची कल्पना असूनही हे पत्र लिहितोय.

[आता हळूहळू प्रकाश येतो तेव्हा डॉक्टर आणि

लतिकाच्या दोघंही एकाच वेळी प्रतीकचं म्हणणं ऐकताना दिसतात...]

केलेल्या चुकीचं स्पष्टीकरण देऊन किंवा समर्थन करून ती चूक झाकता येत नाही. उलट जास्तच उघडी पडते हे एव्हाना पूर्ण कळलंय. जे घडलं ते सांगायचा हा एक प्रामाणिक प्रयत्न आहे.

लतिका इथे येणार हे नक्की झाल्यावर खरंतर मी खूप एक्साईट झालो होतो. अगदी नवीन लग्न झालेल्या नवऱ्यासारखा मी इथे कसा मस्त राहतो... घरातली कामं करतो हे सगळं तिला दाखवण्यासाठी आसुसलो होतो. घर आवरलं... चादरी बदलल्या, कपडे वॉशिंग मशिनमधून काढले... आणि लख्ख मनाने लतिका येण्याच्या दिवसाकडे डोळे लावले... एवढ्यात एक फोन खणाणला— [रिंग वाजते. प्रतीक फोन घेतो. खालच्या लेव्हलवर आता नीरा तिच्या घरात हँडसेट घेऊन बोलताना दिसते.]

प्रतीक : हॅलोऽऽ

नीरा : हॅलोऽऽ (शांतता.)

प्रतीक : हॅलोऽऽ हॅलोऽऽ इज देअर एनीबडी ऑन द लाइन?

नीरा : देअर इज ऑलवेज समबडी ऑन द अदर साईड... पण आपल्याला आवाज आला नाही की वाटतं, त्या बाजूला दुसरं कुणीही नाही... आणि शांतता म्हणजे वाटतं सगळं अलबेलच आहे... कारण आपल्याला शांतताही नीट ऐकता येत नाही.

प्रतीक : सॉरी. कोण हवंय तुम्हाला?

नीरा : जवळ-जवळ तीन एक वर्षांनी तुमचा आवाज ऐकतेय.

प्रतीक : म्हणजे एकमेकांना ओळखतो का आपण?

नीरा : ओळखत असूही शकतो आणि नसूही शकतो.

प्रतीक : व्हॉट डू यू मिन? बरं आधीच सांगतो हं! मला फोनवर हा 'ओळखा पाहू मी कोण?'चा गेम अजिबात आवडत

नाही. पण जनरली शाळेतल्या किंवा कॉलेजातल्या कधीच्या तरी मैत्रिणी हा गेम हमखास खेळून बोअर करतात. आपण स्कूलमेट वगैरे होतो का?

नीरा : असूही शकतो किंवा नसूही शकतो.

प्रतीक : ओ बाई—

नीरा : अगदी बाई वाटले मी तुम्हाला—

प्रतीक : बाई असाल की सोळा वर्षांची मुलगी. आय डोंट केअर. काय जी ओळख द्यायची असेल ती द्या आणि धडाधडा बोलून मोकळ्या व्हा.

नीरा : प्रतीक, तुला सगळ्याच गोष्टींची घाई. आणि मला घाई करण्यासारखं काही उरलंच नाही.

प्रतीक : एकदम अरे-तुरेवर आलात. म्हणजे कोण लागतेस तू माझी?

नीरा : तसे आपण अनेकदा कुणीच एकमेकांचे लागत नसतो तरीही अचानक जोडले जातो... म्हणजे तुम्हाला कुठेतरी घाईत जायचं असतं... एक माणूस रस्त्यात चुकीची गाडी वळवतो... सगळं ट्रॅफिक तुंबतं... तुमच्यासाठी असलेला सुकर मार्ग अचानक बिकट बनतो... आता म्हटलं तर तुम्ही त्या गाडीवाल्याला पाहिलेलंही नसतं... तुमची कार जर साठावी असेल तर कदाचित त्या गाडीचं साधं दर्शनही घडलेलं नसतं.. पण तरीही तुम्हाला झालेल्या त्रासाने त्या गाडीवाल्याशी तुम्ही जोडले जाताच की... पण तुम्हाला कसं सांगता येणार की तो गाडीवाला तुमचा नेमका कोण लागतो ते? प्रतीक, पलीकडून शांतता ऐकतेय मी... आणि अशांतताही ऐकू येतेय स्पष्ट. आपल्याला लवकरच भेटायचंय. मला माहितीए 'रिकव्हरी पिरियड'मध्ये आहेस तू. पण उपासातही साबुदाण्याची खिचडी चालतेच की. एखादं झकास ड्रिंक घेऊया... बोनस म्हणून तुझी काही माझ्यापाशी असलेली कागदपत्रंही परत करेन. कधी? कुठे? कसं? भेटायचं ते

मात्र मी ठरवणार. आणि कळवणारही ऑफकोर्स मीच! [फोन ठेवते. निघून जाते.]

प्रतीक : (पुन्हा वर्तमानात येत–) एकीकडे एक वेगळाच नर्व्हसनेस अनप्लेजंट फीलिंग आलं तर दुसरीकडे 'एक झकास ड्रिंक पिऊ' असा तिने अलगद पुढे सरकवलेला अमिषाचा पेलाही दिसला. समोरच एका पार्टीचं इन्व्हिटेशन पडलेलं होतं. वाटलं, यानिमित्ताने जरा घराबाहेर तर पडूया. चार लोक भेटतील... गेलेला मूड थोडा तरी सावरेल... डॉक्टर इथूनच बहुतेक माझी स्लिप इन माइंड सुरू झाली. [पार्टीचं म्युझिक सुरू होतं. आता प्रतीक एकटाच खालच्या लेव्हलवर जाऊन प्रत्यक्ष पार्टीत फिरतोय— फिरताना बोलतोय.] पार्टीत गेलो तर तिथे दारू अक्षरशः वाहत होती. मी मात्र फ्रेश ज्युस घेतला. बाजूलाच एक ग्रुप तीनपत्ती म्हणजे 'फ्लश' खेळत होता. माझा पत्त्यातला 'सेन्स' किती भारी आहे हे लतिकालाच विचारा. मला 'फ्लश'चीही अक्षरशः 'किक' बसते. 'मी फक्त एक तास खेळणार. नंतर तू माझं बखोट धरून उठव' असं एका मित्राला सांगून मी खेळायला बसलो आणि बघता-बघता पाचशे डॉलर्स जिंकले! ते पैसे गोळा करतानाच बिअरचा फेसाळता ग्लास समोर आला... माझ्यासाठी म्हणून 'चिअर्स'चा जल्लोष झाला... आणि मी एका घोटात ग्लास रिकामा केला. (डॉक्टर आणि लतिकाला धक्का बसतो.) क्षणभर गरगरलं. खूप दिवस सिगारेट न ओढल्यावर थंड हवेत जर सिगरेटचा मजबूत कश घेतला तर जसं होईल नं तसं झालं... जवळ-जवळ सहा महिन्यांनी माझी जीभ अल्कोहोलने ओली झाली होती... मी एका ऐवजी दोन तासाने उठलो तेव्हा आठशे प्लस होतो... ती झिंग घेऊनच जेवणाच्या टेबलापाशी निघालो तर एका ग्रुपने उत्तम फ्रेंच वाईन समोर धरली... माझ्यातला जुना प्रतीक जागा झाला... वाईनचे छोटे-छोटे घोट जिभेवर खेळवत तिचा

आस्वाद घेणं मला आता पूर्वीसारखंच जमत होतं... दोन ग्लास वाईन संपवली की जेवणानंतर 'लिक्युअर' ऑफर झाली... घशाला जाळत नेणारा हा प्रकार अगदी थोडासाच घ्यायचा असतो... मीही तो तसाच थोडा घेतला... आणि मला वाटलं मी पुन्हा 'सोशल ड्रिंकर'च झालो... मी वाहवत न जाता पार्टीत दारूची मजा चाखू शकलो... सगळ्या 'मुक्तांगण' वासियांना खोटं पाडणाऱ्या या माझ्या शोधाचीच मला 'किक' बसली आणि त्याच धुंदीत घरी गेलो.

दुसऱ्या दिवशी सकाळी 'हँगओव्हर' नाही म्हणजे तर मी पूर्णपणे 'नॉर्मल' असण्यावर शिक्कामोर्तबच झालं. दिवस सुट्टीचा होता. मी अक्षरशः घरभर नाचलो... आता आपण 'सोशल ड्रिंकर' झालेलो आहोत, घरात पाहुणे वगैरे आले तर 'स्टफ' हवा म्हणून एक बाटली आणायला गेलो आणि चार प्रकारच्या बाटल्या घेऊन आलो. कसाबसा संध्याकाळपर्यंत तग धरला आणि मग आवडती कॅसेट, आवडते स्नॅक्स आणि आवडतं ड्रिंक असा सीन जमवून प्यायला बसलो... भरधाव स्वतःला सोडून दिलं... साडेबारापर्यंत पिऊन झोपलो तर दुसऱ्या दिवशी सणसणीत 'हँगओव्हर'ने मला पकडलं. ऑफिसमध्ये 'येत नाही' असं कळवलं. आता 'हँगओव्हर' आहेच तर थोडी घेऊया असं म्हणून संध्याकाळपर्यंत मी आणलेला 'स्टॉक' संपवला... तरीही मी अजून 'सोशल ड्रिंकर'च आहे असं स्वतःला सांगत होतो. तिरमिरीत बाहेर जाऊन आता 'व्हिस्की'ची नवी बाटली आणली आणि तीही अर्धी संपवली... 'आता थांबतो उरलेली उद्या सकाळी', 'उरलेली उद्या सकाळी' हे वाक्य मी एकटाच मोठ्याने म्हणत होतो. म्हणजे मी उद्या सकाळीही पिण्याचा प्लॅन मनातल्या मनात बनवून टाकला होता... उद्याही ऑफिसला जायचं नाही हे आपोआपच ठरवून टाकलं होतं... आणि पुढच्याच क्षणी मी स्वतःला

फाडफाड तोंडात मारून घ्यायला लागलो... आणि रडायला लागलो... स्वतःला शिव्यांची लाखोली वाहिली... आपल्याला जर तब्येतीत पिता येणार नसेल तर उपयोग काय या जगण्याचा? त्यापेक्षा पिऊन मरूया असं म्हणून पुन्हा बाटली पुढे ओढली... सहज घड्याळाकडे लक्ष गेलं तर 'उरलेली उद्या सकाळी 'वरून' उरलेली 'आत्ता' वर येण्यासाठी मला मोजून फक्त दहा मिनिटं पुरली होती. ॲण्ड दॅट वॉज माय मोमेंट विथ ट्रुथ आय से. सत्य भेटलं मला... मळभाने भरलेल्या आभाळामध्ये सूर्यप्रकाशाची सुरी फिरली... आता मी स्वतःला शिव्या दिल्या नाहीत... पिण्याचं समर्थन केलं नाही... नशिबाला बोल लावला नाही... मी चूक केली आहे. हे सत्य मला अत्यंत नावडतं आहे... पण तरीही ते सत्य बरोबर घेतल्याशिवाय मला पुढे जाता येणार नाही... चूकही सुधारता येणार नाही... 'स्लिप' होणं म्हणजे फक्त पाय घसरून पडणं नाही तर पुन्हा एका गर्तेत कोसळत जाणं.. हे कुठेतरी खोल जाणवलं आणि त्या तंद्रीतच बेसिनमध्ये जाऊन उरलेली बाटली उपडी केली... पाणी सोडलं... पाण्याच्या ओघात व्हिस्की डाऊन द ड्रेन चालली होती... मी त्या रंगाकडे पाहत राहिलो... माझ्या शरीरातून आणि मुख्य म्हणजे मनातून अशा तऱ्हेने दारू धुऊन निघायला हवी... अचानक 'नॉशिया' दाटून आला. अँटॅसिड, व्हिटॅमिन आणि एक झोपेची गोळी घेतली. मला उद्याचा हँगओव्हर टाळायचा होता. मी तो टाळला. दुसऱ्या दिवशी ऑफिसला गेलो. त्या अनुभवानंतर मी स्वतःच्या सगळ्या ॲक्शन्स जणू कॅमेऱ्याने टिपत होतो. ही अवस्था माझ्यासाठी नवीन होती. असा तटस्थपणा मी यापूर्वी अनुभवला नव्हता... एक कुणीतरी अनोळखी बाई मला फोन काय करते आणि त्यामुळे मी डिस्टर्ब होऊन माझ्या पाच महिन्यांच्या संयमावर, डॉक्टर, तुमच्या अथक

प्रयत्नांवर, लतिकाच्या पल्लवीत झालेल्या आशाअपेक्षांवर अशा रितीने एका क्षणात पाणी फिरवू शकतो? तुम्ही या आजाराला 'चिवट' आणि 'कपटी' का म्हणता ते खूप आतून कळलं... मला पिण्याचा प्रॉब्लेम आहे. मला प्रत्येक घोटाची किंमत मोजावी लागणारेय. आता यापुढे माझ्या जगण्याबरोबर पिण्याचं जमणार नाही आणि पिण्याबरोबर जगणं मुळी असणारच नाही... आता लतिकाचं येणं अगदी परवावर आलं होतं. मी तिची वाट पाहायला लागलो... पण या वेळच्या वाट पाहण्यात मला फक्त तिच्याबरोबर राहायचं होतं... जस्ट बीईंग टुगेदर विदाऊट डिमांड्स... मला मनापासून बरं वाटलं. तेव्हाच ठरवलं जे घडलं ते स्पष्टपणे सांगायचं तुम्हा दोघांना... मोअर दॅन द डिटेल्स ऑफ द स्लिपऽ आय वाँटेड टू शेअर विथ यू व्हॉट आय लर्न्ट. तुम्ही दोघेही सोबर असताना आणि स्लिप असताना माझ्याबरोबर आहात; या जस्ट बीईंग टुगेदरचं महत्त्व मला आज कळतंय... थँक यू डॉक्टर... थँक यू लतिका...!

लतिका : मला तुझं 'थँक्यू' नको आणि 'सॉरी'ही नको. मला हवं आहे भारतात परत जाण्याचं तिकीट. उरलेलं आयुष्य पुन्हा दारूबद्दलच्या आणि आता त्या मुलीबद्दलच्या संशयात घालवायचं नाहीए मला.

[लतिका निघून जायला लागते. डॉक्टर तिला जणू थांबायची खूण करतात. तीही हळूहळू डॉक्टरांच्या बोलण्यात गुंतत जाते.]

डॉक्टर : प्रतीक, तुला आठवतं, तू फ्लोरिडाला निघताना 'मी एकदाही स्लिप होऊ देणार नाही,' असं मला प्रॉमीस केलं होतंस.

प्रतीक : सॉरी डॉक्टर! मी ते प्रॉमीस पाळू शकलो नाही.

डॉक्टर : मी तेव्हाच तुला सांगणार होतो की, व्यसनाच्या बाबतीत अशी ओव्हर कमिटमेंट देऊ नये. त्यापेक्षा आधी करून

दाखवावं आणि मगच बोलावं. नाही तर आपण असे तोंडावर पडतो. मला खूप वाईट वाटतंय प्रतीक... पण फक्त आशा एकच आहे की, तू तुझ्या या पत्रातून आत्मपरीक्षण करतोयस, चिंतन करतोयस आणि त्याचं सार तुला नम्रतेकडे घेऊन जातंय. त्यातही लतिकाबरोबर तुला 'फक्त' असावंसं वाटतंय हा तर अत्यंत तरल भाग आहे. एकच अपेक्षा— तुझ्या या स्लिपचा अनुभव तुझ्या रिकव्हरीच्या प्रवासात तुला दीपस्तंभासारखा मार्गदर्शक ठरो.

प्रतीक : कसा गंमतीचा विरोधाभास आहे नाही. स्लिपचा उपयोग रिकव्हरीसाठी!

डॉक्टर : एनी वे, तुम्हा दोघांना बऱ्याच काळानंतर अगदी खास एकमेकांसाठी असा वेळ सापडला आहे. अशी संधी वारंवार मिळत नाही. तेव्हा तिचा फायदा करून घ्या आणि तुमच्या बीइंग टुगेदरच्या मूडमधला एखादा छानसा फोटो पाठवा.

लतिका : डॉक्टर, पण त्या बाईचं काय! का याला भेटू इच्छिते ती? याची कसली कागदपत्रं आहेत तिच्याकडे? आम्हा दोघांना आनंदात जगू देईल नं ती?

प्रतीक : कितीही म्हटलं तरी ती खुटखुट माझ्याही मनात सुरू आहेच. उद्या तिचा फोन आला तर काय करू मी? म्हणजे तिला भेटू की भेटच टाळू?

लतिका : किंवा तिचा फोन आला आणि तो घेतलाच नाही तर?

डॉक्टर : खरं तर माझ्याही मनात याबद्दल थोडासा गोंधळ उडालाच आहे. पण मला वाटतं, अनाठायी भीती बाळगून काय होणारे? त्यापेक्षा फोन आलाच तर भेटून घे. ऐक तरी काय म्हणतेय ती...
[तिघेही विचारात...]

– अंधार –

अंक दुसरा

प्रवेश तिसरा

[डॉक्टरांच्या क्लिनिकवर प्रकाश.]

मिनल : सरदेसाईंचा फोन आला होता, सर. त्यांना तुमच्या आणि प्रतीकच्या कॉरस्पॉण्डन्सची कॉपी अर्जंट हवीए. एप्रिलमध्ये पुस्तक प्रकाशित करायचंय. त्यामुळे डी.टी.पी.ला उशीर होतोय म्हणतायत.

डॉक्टर : मग देऊन टाक. मी तपासलीय ती.

मिनल : सर, कमाल आहे तुमची. कॉपी ती नीरा नाही का बरोबर घेऊन गेली.

डॉक्टर : अरे हो. विसरलोच. पण मग तू तेव्हाच का नाही मला आठवण केली.

मिनल : सर, तुम्ही हेही विसरलात की मी तेव्हाच तुम्हाला म्हणाले होते, तिला फोन करा म्हणून —

डॉक्टर : मग मी काय म्हणालो?

मिनल : तर तुम्ही म्हणालात, आत्ता तिची अवस्था आहे का तिला परत बोलावून घेण्याची? कुठे जाणार ती. करू नंतर —

डॉक्टर : असंही म्हणालो मी! ठीक आहे मग नंतर का नाही फॉलोअप केलास?

मिनल : तीनदा तिला फोन केला. एकदा उचलला नाही. आणि दोनदा स्विच ऑफ होता.

डॉक्टर : अगं पण मला सांगायचंस की —

मिनल : सर ऐका —

५१

डॉक्टर : अजून आहेच का तुझं ऐका—

मिनल : मी आत्ताही फोन करून बघितला तर कुणीतरी झोपाळलेल्या आवाजात म्हणालं, 'आई अॅब्रॉडला गेलीय' म्हणून.

डॉक्टर : अॅब्रॉडला! (डॉक्टरांचे डोळे चमकतात. ते क्षणभर विचार करून तातडीने लतिकाला फोन लावतात.)

डॉक्टर : हॅलो लतिका?

लतिका : (आवाजात टेन्शन) डॉक्टर, आत्ता अक्षरशः तुम्हालाच फोन करणार होते.

डॉक्टर : आत्ता माझ्याशी दुसरं काहीच बोलू नकोस. तुझ्याकडे तो नंबर आहे तो ताबडतोब जरा दे.

लतिका : कुणाचा?

डॉक्टर : अगं त्या चिठ्ठीवरच्या त्या... मुलीचा—

लतिका : पाठ आहे मला.
[नंबर सांगते.]

डॉक्टर : थँक्स! मी तुला नंतर करतो.

लतिका : ऐका नं डॉक्टर. एक मिनिट! आज—

डॉक्टर : अगं मी तुला करतो म्हणालो नं नंतर—
[लतिका नाइलाजाने गप्प बसते. डॉक्टर नंबर लावतात. तिकडून आवाज येतो—]

नीरा : हॅलोऽऽ

डॉक्टर : (आवाज ओळखून) अॅम आय स्पिकिंग विथ नीरा?

नीरा : येस स्पिकिंग—

डॉक्टर : नीरा, डॉ. आनंद बोलतोय—

नीरा : (चपापून) बोला डॉक्टर. कसे आहात तुम्ही? तुम्ही कसा काय फोन केला? आय मिन तुमच्याकडे हा नंबर—

डॉक्टर : तू अॅब्रॉडला म्हणजे नेमकी कुठे आहेस?

नीरा : यूएसला—

डॉक्टर : तू प्रतीकला फोन करून का त्रास देतेयस? त्याला का भेटायचंय तुला? हाऊ आर यू कनेक्टेड विथ हिम? तू

त्याला ड्रिंकसाठी प्रोव्होक करतेयस? तुला माहितीए नीरा, महामुश्कीलीने तो आत्ता कुठे या सगळ्यातून बाहेर आलाय.

नीरा : पण डॉक्टर, मी अजून कुठे बाहेर आलेय?

डॉक्टर : म्हणजे? काय हवंय तुला त्याच्याकडून?

नीरा : तो हवाय!

डॉक्टर : काय? हे बघ, आधीच त्याची एकदा 'स्लिप' झालीय. ही इज वेरी सेन्सिटीव्ह टाइप ऑफ पर्सन— [नीरा फोन बंद करते. डॉक्टर क्षणभर पुढे बोलत राहतात.] प्लीज! असं काही करू नकोस जेणेकरून तो पुन्हा एकदा— अरे फोन ठेवला वाटतं—

मिनल : डॉक्टर, तुम्ही आपल्या कॉपीबद्दल तिला काहीच बोलला नाहीत.

डॉक्टर : खड्डयात गेली ती कॉपी! कॉपी महत्त्वाची आहे की प्रतीकची रिकव्हरी! [मिनल निरुत्तर होऊन बघत राहते. निघून जाते. आता डॉक्टर लतिकाला फोन करतात.] हॅलो! हं. नीरा, सॉरी लतिका. मी डॉक्टर बोलतोय. आनंद. डॉक्टर आनंद—

लतिका : बोला नं डॉक्टर. नंबर सेव्ह केलेला आहे तुमचा—

डॉक्टर : अरे हो. सॉरी. हे बघ लतिका. मीच म्हणालो होतो की नीराला भेटायला काही हरकत नाही म्हणून—

लतिका : कोण नीरा, डॉक्टर?

डॉक्टर : ते जाऊ दे. मला तुला एवढंच सांगायचंय. की नको. असू दे. नाहीतर प्रतीकशीच बोलतो.

लतिका : तुम्ही एवढे अस्वस्थ का आहात डॉक्टर? मला सांगा की. उलट मीच तुम्हाला—

डॉक्टर : काही नाही. त्या फोन करणाऱ्या मुलीला प्रतीकने भेटू नये असं मला समहाऊ वाटतंय. म्हणजे मी अशा मताला आलोय—

लतिका : डॉक्टर, प्रतीक ऑलरेडी तिला भेटायला गेलाय.

डॉक्टर	: मग फोन करून थांबव त्याला.
लतिका	: एव्हाना ते भेटलेही असतील दोघे.
डॉक्टर	: अगं असं कसं होईल? मी आत्ताच बोललो तिच्याशी.
लतिका	: तिच्याशी म्हणजे?
डॉक्टर	: नीराशी.
लतिका	: (सरसावत) 'ती' म्हणजे कुणी नीरा आहे का?
डॉक्टर	: हो.
लतिका	: डॉक्टर? मग आधीच का नाही सांगितलंत हे?
डॉक्टर	: हो. अगं आता कसं सांगू मी तुला लतिका... डोण्ट गेट पॅनिक म्हणजे मीही झालो तसा थोडासा पॅनिक. पण आता एक लक्षात ठेव, जे व्हायचं ते होईल. बाण सुटलाय. प्रतीकचा फोन येईपर्यंत आपल्याला शांत राहावं लागेल. कदाचित सगळं चांगलंच होईल. पेशन्स ठेवूया. पेशन्स. पेशन्स वाढायला हवा.
लतिका	: पण त्या नीराचं काय सांगत होतात?
डॉक्टर	: आता तुला कुठून सांगू? अगं एका इंटरव्ह्यूसाठी ती माझ्याकडे —
	[पार्श्वसंगीत वाढत जातं. डॉक्टर फोनवर बोलत आहेत... लतिका लक्ष देऊन ऐकते...]

– अंधार –

अंक दुसरा

प्रवेश चौथा

[रंगमंचावर आता अमेरिकेतील एक हॉटेल प्रकाशमान होते. प्रतीक आधीच हॉटेलमध्ये येऊन बसला आहे. वाट पाहतो आहे. नीरा प्रवेशते. सभोवताली नजर फिरवते. मग मोबाईल काढून प्रतीकला फोन करते. प्रतीक त्याचा फोन उचलतो. 'हॅलो' ऐकून नीरा त्याच्या दिशेने निघते. त्याला विचारते, 'प्रतीक?' तो 'यस' म्हणतो. तिच्या दिशेने येतो. शेकहॅण्डसाठी हात पुढे करतो. ती क्षणाचाही विलंब न करता सणसणीत त्याच्या मुस्काटात लगावते. तो कोलमडतो. फोन बाजूला पडतो. वेटर धावत येतो. तो कानकोंडा.. नीरा ऑर्डर देते.]

नीरा : टू लार्ज पेग्ज. स्कॉच ऑन द रॉक्स. ड्राय चिकन स्टार्टर्स लेस स्पायसी

[वेटरही नम्रपणाने नोंदवून घेत चोरट्या नजरेने प्रतीककडे पाहून निघून जातो. प्रतीकच्या डोक्यातल्या झिणझिण्या तशाच. नीरा मंद हसते.]

सो मिस्टर प्रतीक, ओळखलंत मला? नाही. कसं ओळखणार? कारण आपण कधी भेटलोच नाही—

प्रतीक : मुद्याचं बोला!

नीरा : पुन्हा घाई. घाई काय आहे, प्रतीक? रिलॅक्स!

प्रतीक : (आवाज वाढवत-) आय से कम टु द पॉइंट!

नीरा : (चवताळून त्याची कॉलर धरत) द पॉईंट इज यू बीच! बास्टर्ड! क्रीचर इन द गटर! यू... यू हॅव रुइंड माय लाइफ! मला उद्‌ध्वस्त केलंस तू! ठिकऱ्या... ठिकऱ्या उडवल्यास माझ्या! चिंध्या-चिंध्या केल्यास! (ढकलून देते.) आपल्या हातून त्रास झालेल्यांचे नंबर मिळवून मिळवून तू फोनवर माफी मागतोस म्हणे त्यांची. मग मीच— मीच बरी वगळले गेले रे त्या यादीतून! मला कसा आला नाही तुझा फोन. जिने सगळ्यात जास्त त्रास भोगला तुझ्या दारुडेपणाचा! हो. तुझ्या बायकोपेक्षा— त्या लतिकापेक्षाही जास्त! का करायचास तेव्हा मला रात्री-अपरात्री फोन? आणि सांगायचास की माझ्या नवऱ्याचं आणि तुझ्या बायकोचं कसं अफेअर चाललंय म्हणून... 'सावध राहा' असा कानमंत्र का दिलास की ज्यामुळे मुळासकट उपटले गेले मी... 'मी कोण?' 'मी कोण?' या एकाच प्रश्नाचं भूत मानगुटीवर बसलंय नं तुमच्या. तर ऐक, मी 'ती' तुझ्या 'ती'च्या, म्हणजे 'लतिका'च्या ऑफिसमधल्या तथाकथित 'यारा'ची तेव्हाची पत्नी! कळलं? माझा दूरान्वयेही संबंध नसताना कसा जोडला... चिकटला गेलायस माझ्या आयुष्याशी ते? दारूच्या भरात करायचास फोन... आणि टाकायची काडी... हा फोन म्हणजे तुझ्या दृष्टीने एक मॅस्टर बेशन... चार थेंब उडाले... मोकळं वाटलं..! अरे पण केलास विचार माझं काय झालं असेल याचा? केलास?

...मिस्टर प्रतीक, प्रोफेशनली आय ॲम अ डॉक्टर! एम.डी. डॉक्टर! उत्तम प्रॅक्टीस चालली होती माझी! नवरा एका कंपनीत बऱ्यापैकी पोस्टवर. एकुलता एक मुलगा थ्रु आऊट मेरिट स्टुडंट! तुझा पहिला फोन ज्या रात्री ९ वाजून ३२ मिनिटांनी आला तेव्हा तो स्टडीत दहावीच्या परीक्षेच्या तयारीत होता... आज माझी स्थिती काय आहे विचार? कॅन यू इमॅजिन? तुझ्यासारखीच ॲडिक्ट झालेय

मी. दारू नाही... ज्या गोळ्या पेशंटला देत होते त्याच कंझ्युम करण्याचं व्यसन लागलंय मला! सत्तर सत्तर, ऐंशी ऐंशी गोळ्या घेते मी एकाच वेळी... एकेक गोळी रिचवते तेव्हा काळोख मला त्याच्या कुशीत घेतो... नवऱ्यावर, कपिलवर इतका संशय घेतला मी... इतकं छळलं त्याला की कावला तो. तरीही मला मदत करण्यासाठी धडपडला... पण या ॲडिक्शनवर मी ट्रिटमेंट घ्यायलाच तयार नाही म्हटल्यावर सेपरेशनपर्यंत पोहोचलो आम्ही... सेपरेट झालो... आणि आमच्यातल्या या सततच्या टेन्शन्समुळे मुलगा अभ्यासापासूनही दुरावला... माझ्या या विचित्र ॲडिक्शनमुळे त्याला डिप्रेशनने इतकं घेरलं... की घरीच चोवीस तास लोळत पडलेला असतो तो आता नुस्ता... कधी-कधी चादरीही ओल्या झाल्याचं भान नसतं त्याला... माझ्यामुळे आयुष्यात कुणाचंही आजवर नुकसान झालेलं नाही असं सुवाच्य अक्षरात लिहितोस नं पत्रातून तुझ्या त्या प्रिय डॉक्टरांना... अजून काय माझं वेगळं नुकसान करण्याचं बाकी ठेवलंयस तू? बोल! काय तरी पँपरिंग करणारी पत्रं लिहिताय एकमेकांना. मला तुझा हा मुद्दा फारच आवडला... मला तुमचं ते वाक्य फारच भिडलं... अरे असल्या 'गुडीगुडी' शब्दांनी नाही पकडता येत 'सत्य' चिमटीत आणि नाही बदलता येतं कठोर वास्तव. प्रश्न कळला तुझ्या चेहऱ्यावरचा. माझा डॉ. आनंदशी काय संबंध, हो नं? (ती पर्समधून पत्रांचा गठ्ठा काढते—) ही बघ हीच आहेत नं तुमची पत्रं? तुझ्यापर्यंत पोचण्यासाठी डॉक्टरांना वापरलं मी. जर्नेलिस्ट बनून इंटरव्ह्यू घ्यायला गेले आणि ही पत्रं काबीज केली. ओरिजिनल आहेत. बोल कशी करून देशील माझी नुकसान भरपाई! तुझी फॅमेली आहे नं अजून इन्टॅक्ट! मी बरबाद झाले. [प्रतीक त्याच्या जागेवरून उठतो आणि नीराच्या पाया पडायला लागतो.]

नीरा	: एऽऽ असली थेरं नाही आवडत मला.
प्रतीक	: मलाही नाही आवडत. पण या क्षणी तुझी सपशेल माफी मागण्यासाठी दुसरी कोणतीच कृती आठवेना मला... (तो आता सावरलाय.) नीरा, तू 'नुकसान भरपाई' हा खूपच सौम्य शब्द वापरलास. कारण तुझ्या झालेल्या नुकसानाला कोणतीच भरपाई असू शकत नाही. मी फक्त कठोरातल्या कठोर शिक्षेलाच पात्रं ठरू शकतो. खरंच, दारू पिण्याच्या काळात मी ज्यांना-ज्यांना दुखावलं त्यांना 'सॉरी' म्हणण्यासाठी आठवणीने फोन केला, पण हा 'रेफरन्स' कसा विसरलो! बहुतेक मला वाटलं, मी लतिकाची माफी मागितली... प्रश्न मिटला. पण तू मागे फोनवर म्हटल्याप्रमाणे खरंच, दुसऱ्या बाजूलाही त्रास होणारं कुणी असू शकतं याचं भानच राहिलं नाही. तुझी इच्छा असेल तर या क्षणी मला पुन्हा एकदा सगळ्यांसमोर मुस्काटात लगावून देऊ शकतेस. तू म्हणालीस तर चौकात नागडा करून मला चटके देऊ शकतेस. तुला वाटलं तर मी तुझ्या घरी येऊन मुलाने ओल्या केलेल्या चादरी रोज धुऊ शकतो. तुला गरज असेल तर एक ब्लँक चेक आत्ता तुला देऊ शकतो... तुला शांत वाटणार असेल तर मी उद्याच्या फ्लाईटने भारतात जाऊन तुझ्या नवऱ्याचे असेच पाय धरू शकतो...
	[दरम्यान वेटर स्कॉच आणून ठेवतो.]
नीरा	: एवढी मला शांतता मिळावीशी वाटते तुला... मग आधी हा भरलेला ग्लास रिकामा कर.
प्रतीक	: (क्षणभर विराम) हरकत नाही. तोही करीन मी. पण त्या आधी काही शंका मनातून जात नाहीएत. त्या फक्त एकदा बोलू दे... (तिचे मौन हाच होकार समजून) मी एका रात्री ९ वाजून ३२ मिनिटांनी तुला पहिला फोन केला तेव्हा मी पूर्णपणे दारूच्या धुंदीत होतो असं तू म्हणालीस—
नीरा	: येस. आजही कानात आवाज साठवून ठेवलाय मी तुझा—

प्रतीक	: पण मग मी धुंदीत होतो तेव्हा तू तर पूर्णपणे सेन्समध्ये होतीस. शुद्धीत होतीस. मग एका दारुड्याने तुझ्या नवऱ्यावर केलेले गलिच्छ आरोप तू तिथल्या तिथे धुडकावून का नाही लावलेस? माझ्या नवऱ्यावर माझा पूर्ण विश्वास आहे आणि यापुढे पुन्हा फोन करण्याचं धाडस केलंत तर तुमच्या बायकोला हे कळवावं लागेल, असं का नाही म्हणालीस? किंवा फॉर दॅट मॅटर, आज तुझ्या घराची सगळी राखरांगोळी झाल्यावर तू ही जी मला सगळ्यांच्या देखत कानफटात भडकावलीस ती तेव्हाच माझ्या घराचा पत्ता शोधून घरातल्या सगळ्यांसमक्ष लगावली असतीस तर कदाचित आपल्या दोघांचाही ऱ्हास होणं टळलं नसतं का? या अनोळखी माणसांसमोर माझ्या झालेल्या अपमानापेक्षा माझ्या पोराबाळांसमोर झालेला माझा पाणउतारा मला बरंच काही शिकवून गेला नसता का? माझी तर अक्कलच त्या दारूपायी गहाण पडली होती. पण तुझी शाबूत असताना तू नवऱ्यावर सतत संशयाची सुरी रोखून त्याचा इतका छळ का केलास? दहावीची परीक्षा 'मिस' करून रसातळाला जाणारा मुलगा प्रत्यक्ष डोळ्यांसमोर दिसत असतानाही तुला व्यसन आणि संशयापासून स्वतःला थांबवता का आलं नाही? मुलाच्या करिअरपेक्षाही तुझ्या नवऱ्याविषयीच्या 'अविश्वासा'ला महत्त्व देणं तुला का गरजेचं वाटलं..? स्वतःच्या रिकव्हरीपेक्षा माझा हा असा सूड घेण्यासाठी दबा धरून बसणं हे तुला प्रॉब्लेमचं सोल्युशन कसं वाटलं? मुळात या सगळ्याचं उत्तर तू या गोळ्यांमध्ये शोधावंस याचा अर्थच असा की तू कितीही आव आणत असलीस तरीही तू एक अत्यंत दुबळी, असुरक्षित व्यक्ती आहेस. [नीरा खचत चाललीय तरीही आव आणीत]
नीरा	: डोण्ट बी ओव्हर जजमेंटल! तुझी माझी ओळख काय रे? कशावरून मला म्हणतोस तू दुबळी?

प्रतीक : अगं तूच म्हणालीस नं ओळख नसूनही आपण एकमेकांशी जोडले गेलोय म्हणून?

नीरा : त्याचा रेफरन्स वेगळा होता.

प्रतीक : माझाही संदर्भ वेगळा आहे. मला म्हणायचंय, एका व्यसनाने आपल्याला एकत्र जोडलंय.

नीरा : तुझं माझं व्यसन एक नाहीए.

प्रतीक : पण 'व्यसनीपणा' तर एक आहे. आणि जगाच्या पाठीवर कुठेही कसलंही व्यसन तुम्ही करत असाल तरी त्याचे शरीर आणि मनावर होणारे परिणाम थोडीच वेगळे असणारेत?

नीरा : तुझी आणि माझी तुलना होऊ शकत नाही! तू निव्वळ मजा म्हणून सुरू केलीस आणि ताबा सुटून दारूच्या आहारी गेलायस आणि मला एका दुःखाने व्यसनापर्यंत पोचवलंय.

प्रतीक : तू ज्या उपहासाने आमच्या पत्रव्यवहाराचा उल्लेख केलास ती पत्रं नीट वाचलीयस की त्यात फक्त माझे 'व्हेअर अबाऊट्स' शोधत होतीस? माझ्या फोनने तुमच्या घरी एका दुःखाचा प्रवेश झाला म्हणतेस तर मग तुझा नवरा का नाही ॲडिक्ट झाला? [नीरा चमकून बघते] किंवा मी लतिकावर संशय घेतल्यामुळे तिला बसलेला धक्काही काही कमी रिश्टरचा नव्हता. तरीही ती का नाही आपल्यासारखी एखाद्या व्यसनाची बळी ठरली? [नीरा विचारात] आघातांशिवायचं जगणं ही कविकल्पनाच असू शकते. तरीही नाही होत गत सगळ्यांची अशी. म्हणून आपल्या अधोगतीची कारणं बाहेर शोधण्याच्या मूर्खपणापासून वाचवलं मला माझ्या प्रिय डॉक्टरांनी! त्यांनी माझंच मडकं कुठे कच्चं आहे हे शोधायला शिकवलं... आणि सापडतही गेलं मला ते... (नीरा खचलीय) आणि मला कळलं की काही जण आयुष्यभर दारूला स्पर्शही न करता रसपूर्ण जगू शकतात, काही जण ऑकेजनली स्पर्श करून तेवढ्यातच संपूर्ण समाधान मिळवू शकतात, काही रोज

दोनच पेग घेण्याची मर्यादा स्वेच्छेने स्वतःवर घालू इच्छितात... पण मी त्यातला नाही. (स्वतःचं परीक्षण केल्यासारखा बोलत जातो.) कारण मुळात माझा स्वभावच चंचल आहे, माझं विचार आणि प्रवृत्तीचं मडकंच कच्च आहे... म्हणून माझ्यासाठी दारू घातक आहे... लतिकाशी लग्न झाल्यावर 'ती माझ्याबरोबर प्रचंड सुखात आहे,' असं मी तिच्याकडून अक्षरशः वदवून घ्यायचो. अगदी सेक्स नंतरही 'आर यू हॅपी?' असं विचारल्याशिवाय मला राहावायचं नाही. प्रत्येक गोष्टीचं असं ॲप्रिसिएशन समोरच्याकडून ओरबाडून घेण्याचा स्वभाव. फक्त दारूला तरी कसं दोषी धरू? कारण त्याआधीच स्वतःला 'ग्रेट' समजण्याचा कैफ डोक्यात भिनलेला... तूच विचार कर नीरा, ॲडिक्शनच्या काळात जेव्हा असा कमकुवत माणूस सेक्सुअली डिसेबल होतो तेव्हा त्याची काय गत होत असेल? दारूच्या वासाने भरलेलं शरीर लतिकाच्या अंगावर लोटून तिचे ओठ कासावीसपणे शोधताना आव मारे मर्दानगीचा असायचा, मात्र कमरेखालच्या शरीराने आधीच शरणागती पत्करलेली असायची आणि घाव थेट 'पुरुषीपणा'वर बसायचा... तिला जिंकण्यासाठी अधीर झालेल्या माझ्या मनाला त्याही स्थितीत तिच्या चेहऱ्यावरची किळस स्पष्ट दिसायची... पण तरीही ब्लेम स्वतःवर नाही. तिच्यावरच. तिच्यावरच घर चाललंय म्हणून माजलीय. तिचंच बाहेर लफडं सुरू असेल म्हणून मी आवडत नसेन. मग आळ घ्यायला कुणीतरी चेहरा हवा. म्हणून तुझा नवरा...

नीरा : प्लीज स्टॉप! धिस इज अनबेअरेबल!

प्रतीक : येस! ट्रूथ इज ऑलवेज अनबेअरेबल.

[नीरा घाईत पर्समधून काही गोळ्या काढायला लागते. प्रतीक तिला आडवतो.]

प्रतीक : थांब. नीरा थांब—

नीरा : तुला हवंय काय माझ्याकडून? काय वदवून घ्यायचंय? की मीही तुझ्यासारखीच कमकुवत, बेमुर्वतखोर, असमाधानी, असुरक्षित आहे म्हणून. तर हो! आय ॲम ऑल्सो अ बीच, बास्टर्ड! ब्रेझेन लायर! खूप छळलंय मी त्यालाही. तुझं ऐकताना मला मीच आठवत होते! हो. तुझा फोन हे फक्त निमित्तच होतं. त्याआधीच कुणाकुणावरून संशय घेतलाय मी. लहानपणी वाटायचं, आईचं माझ्यापेक्षा धाकट्या भावावर जास्त प्रेम. झाली संशयाची सुरुवात. तीच पुढे नवऱ्यावर येऊन आदळली. तू हिच्या गळ्यात का हात टाकलास? तू तिच्याकडे का कौतुकाने बघत होतास? तू सिनेमाला कुणाबरोबर गेलास? तिला वाढदिवसाचा एवढा फोन करण्याची गरज नव्हती... SMS ही चालला असता... कुणाजवळ बसलास... कुणापाशी हसलास... कुणी केलेला पदार्थ जास्त आवडला... कुणाच्या विनोदाला खळखळून दाद दिलीस? जणू त्याच्या प्रत्येक भावनेच्या प्रक्षेपणाची मी 'स्टेशन डायरेक्टर' होते. कारण मी डॉक्टर आहे. मी बुद्धिमान आहे. 'माझं' हॉस्पिटल आहे. 'माझ्याकडे' पेशंट्सची रीघ लागते. 'माझ्या' हाताला गुण आहे. 'माझ्याच' पदार्थाला चव आहे. 'मी' जास्त कमावते. 'माझा' दरारा हवा. 'मी' घरातला अंतिम शब्द. 'मी' निर्णय घेणार. यातलं काहीही इथे तिथे हललं तर माझ्या 'कर्तबगारी'च्या पदाला जणू सुरुंग लागणारे. कवच 'कर्तबगारी'चं पण आत असुरक्षित! ढाल प्रेमाची पण त्याची मूठ संशयाची.

एकदा जेरीस येऊन कपिल माझ्यासमोर आला आणि त्याने शांतपणे सांगितलं... मी गुजराथला शिफ्ट होतोय. ट्रान्सफर मागून घेतलीय. मी हादरले. ज्याला मी नजरेच्या धाकात ठेवला होता तो इतका मोठा निर्णय एकट्याने कसा घेऊ शकतो? आणि तेही इतकं कूल राहून मला सांगतोय. म्हणजे त्याला त्रास देण्याचा कडेलोट ऑलरेडी झाला होता

का? मग मला कसं कळलं नाही की मी गृहितच धरलं होतं त्याचं माझ्या खुंटीला आजन्म बांधलं जाणं. इतकी कशी मूर्ख ठरले मी! तो जाणार. तो चालला. तो गेला. (भावूक होते) म्हणजे आपली सत्ता गेली? सगळंच कसं हातातून सुटतंय. त्याला थांबवायला हवा. त्याच्या पायात काही तरी अडकवायला हवं... पेशंटसाठी ज्या गोळ्या कंपाऊंडर मुलीने काढून ठेवल्या होत्या त्या पेशंट येण्यापूर्वीच एका सकाळी मी तोंडात घातल्या... डोस वाढवत गेले... माझ्या अशा अवस्थेत तो मला सोडणार नाही असा विश्वास होता... पण झालं काय? मला बरं करण्याचा त्याने निकराचा प्रयत्न केला... पण मला बरंच व्हायचं नाहीए हे कळल्यावर सोडून जाणार होता... तो गेलाच... माझा आजार त्याला फार तर सहा महिने थोपवू शकला... पण सहा महिने म्हणजे आयुष्याच्या मानाने खूपच कमी नं रे... (हळवी होते) कपिल मला आवडतो... मला हवाय तो... मला माफी मागायचीय त्याची... तो खूप चांगला आहे रे... खूप निर्मळ आहे...

प्रतीक : गृहीत धरणंच चुकतं आपलं.

नीरा : जिथे जातो तिथे आपला होतो... 'जेम ऑफ पर्सन' म्हणतात त्याला... त्याच्या या 'चांगुलपणा'ची भीती वाटली का मला? 'निरोगी'पणालाच घाबरतो का आपण?

प्रतीक : शक्य आहे. मीही त्या काळात इतका बेदरकार झालो होतो की कुटुंबावर लाथ मारीन म्हणायचो. पण प्रत्यक्ष जेव्हा लतिका मुलांना घेऊन घराबाहेर पडायला निघाली... आणि माझ्या आई-वडिलांची तिला साथ होती हे कळलं तेव्हा ताटाखालचं मांजर बनून ट्रीटमेंट घ्यायला गुपचूप तयार झालो. [दोघेही शांत-बधीर झालेत.]

नीरा : तसे भेकड असतो रे आपण.

प्रतीक : हळवेही तेवढेच असतो.

नीरा : माझ्या डॉक्टर असण्याचा उपयोग झाला नाही.

प्रतीक : माझ्या कॉर्पोरेटमध्ये असण्याचा उपयोग झाला नाही.

नीरा : शिक्षक असतो तरी फरक पडला नसता.

प्रतीक : व्यसनी शिक्षकांची तर उन्हाळ्याच्या सुट्टीत 'मुक्तांगण'ला रांगच लागते म्हणे.

नीरा : म्हणजे शिक्षणाचा उपयोग नाही... पदाचा उपयोग नाही... क्षेत्राचा संबंध नाही... मी नवऱ्याच्या भावनांवर नियंत्रण ठेवण्याच्या फंदात स्वतःच्या 'कॉन्शस'कडे दुर्लक्ष केलं... त्याला 'जागं' ठेवायला हवं होतं. [वेटर येतो. भरलेला ग्लासकडे नजर टाकतो.]

नीरा : प्लीज क्लिअर धिस टेबल.

वेटर : (भरलेल्या ग्लासकडे बघत) मॅम, एनी प्रॉब्लेम विथ द लिकर?

नीरा : इट्स् नॉट द लिकर... बट वुई आर फुल ऑफ प्रॉब्लेम्स!

वेटर : (काहीच न कळून) इट्स् स्कॉच सर!

प्रतीक : इट्स टू गुड! प्रिझर्व इट! डोण्ट कन्झ्यूम!

[दोघेही निखळ हसतात. वेटर जातो... नीरा-प्रतीक जागेवरून उठतात... क्षणभर एकमेकांकडे बघतात. नीरा प्रतीकला कडकडून मिठी मारते. का कोण जाणे दोघांचेही डोळे घळाघळा वाहायला लागतात... पार्श्वसंगीत... प्रतीक आणि नीरा वेगवेगळ्या वाटेने निघतात... जिथे लतिका वाट पाहत उभी आहे त्या लेव्हलवर प्रतीक येतो... लतिका आणि तो एकमेकांसमोर येतात... त्याचवेळी तिकडे दुसऱ्या लेव्हलवर डॉक्टर प्रतीकचे पत्र वाचताहेत.]

अशा अनामिक धाग्याने जोडले गेलो आम्ही... वाहते डोळे आमच्यातही काही बरं उरलंय याचा दिलासा देत होते. ओझी उतरवल्यानंतरचा एक हवासा रितेपणा अनुभवला... डॉक्टर, मी बोललो ते चूक की बरोबर माहीत नाही, पण त्यात जेन्युईनिटी होती... हा 'खरेपणा'

मला दिलात... अचानक खूप 'श्रीमंत' वाटतंय... 'धन्यवाद' म्हणायलाच हवं का?

[डॉक्टरही इमोशनल होतात.]

डॉक्टर : प्रतीक, हे माझं तुला शेवटचं पत्र. फक्त एक शब्दी पत्र! 'अभिनंदन!' यापुढे आपल्याला या संदर्भात कोणताच पत्रव्यवहार करायची गरज उरलेली नाही. आठवण आली तर मात्र कधीही फोन कर... मीही करेन... हवा-पाणी, राजकारण, मंदी, फॅशन, बायको-मुलं याबद्दल जरूर बोलू. पण जो 'आशय' तुझ्यापर्यंत पोचवण्याची धडपड होती. तोच आता तुझा जिवलग सोबती झालाय...

[अमेरिकेतल्या फ्लॅटमध्ये लतिका आणि प्रतीक आधारासाठी एकमेकांजवळ येतात. दुसरीकडे क्लिनिकमध्ये नीरा येऊन बसते. डॉक्टर तिच्याजवळ जाऊन तिच्या डोक्यावर आधाराचा हात ठेवतात. स्टेजवर आता एका बाजूला डॉक्टर-नीरा आणि वरच्या लेव्हलवर प्रतीक-लतिका. प्रकाश त्यांच्यावर केंद्रित होत जातो— आणि याच उत्कट क्षणी नाटकाचा पडदा सरकतो.]

– समाप्त –

'गेट वेल...' उभं करताना...

चंद्रकांत कुलकर्णी

'मुक्तिपत्रे' वाचलं, एवढा गुंतून गेलो की प्रचंड आनंद आणि प्रचंड उदासी अशा दोन्ही भावनांनी भरून आलं. तातडीने त्याच दिवशी प्रशांतशी हे बोललो आणि ते पुस्तकही त्याच्या हवाली केलं आणि मी जणू ते वाचून आलेल्या 'ताणातून' मुक्त झालो.. त्याने वाचलं. अगदी मला वाटलं तसंच त्यालाही वाटलं. पण त्याचं माझ्यासारखं नुस्तं बोलून 'विरेचन' झालं नाही. तो त्याच्यात खोलवर जात राहिला. तेव्हाच थांबला जेव्हा त्याने त्याचं नाटक लिहून पूर्ण केलं. प्रथेप्रमाणे त्याने नाटकाला नाव दिलं नव्हतंच. मी ही अध्यारूतच धरलं की नेहमीप्रमाणे नाटक बसवतानाच्या प्रक्रियेत सुचेल काहीतरी... नेमकं!

तब्बल नऊ वर्षांनी प्रशांतचं आणि माझं एकत्र नाटक येणार होतं. अर्थात मधल्या दरम्यान दूरचित्रवाणी, चित्रपट माध्यमात आम्ही दोघेही एकत्रच होतो. पण 'नाटक' म्हणून जी वेगळीच प्रक्रिया, प्रवास असतो तो बऱ्याच अवधीनंतर करायला मिळणार होता. आज मागे वळून बघताना मला सतत जाणवत राहतं की माझ्या दिग्दर्शनाचं 'मर्म' आणि प्रक्रियेतून पुढे निर्माण झालेली 'शैली' यांची मूळं मुख्यतः प्रशांतच्याच लिखाणात आढळतात. त्याचे शब्द, लांबलचक, अनेक विशेषणांनी वेढलेली वाक्य, प्रतिमा, उपमा, अलंकार, संवादांमधली तीव्रता, त्याची 'टोचून' घेणारी, 'मनस्वी' बोलणारी 'पात्रं' हीच खरी माझ्या दिग्दर्शनासाठीची 'हत्यारं' ठरली आहेत. त्याचं दोन-चार पानी लिहिलेलं 'स्वगत' किंवा उतारा मला कधीच दडपण देत नाही. मग तो 'चारचौघी'तला फोनचा प्रदीर्घ प्रसंग असो, मोहितचं अस्तित्व सिद्ध करण्यासाठी धडपडणारं 'ध्यानीमनी'तल्या शालूचं भलंमोठं मनोगत असो. जशी संगीतकाराला कधीकधी गीतकाराच्या शब्दांमध्येच

'नोटेशन्स' दिसतात तसं आता माझं काहीसं झालंय. प्रशांतच्या लिखाणाचा 'सूर', एकूण त्या आशयाचा 'राग', त्याला अभिप्रेत असलेला 'ताल'ही मला लगेच जाणवतो. इतकी नैसर्गिक प्रक्रिया झालीय बहुधा आता.. त्याच्या नाटक लिहिण्याची आणि ते मी बसवण्याची. पण एक महत्त्वाची गोष्ट म्हणजे, मित्र म्हणून माहीत असलेला, प्रचंड प्रेमळ, संवेदनशील, सगळ्यांना सांभाळून घेणारा प्रशांत वेगळा आणि नाट्यलिखाणात गुंतल्यावरचा, पात्रांशी प्रसंगी 'क्रूर' वागणारा, त्यांचं परखड मनोविश्लेषण करणारा, समाजातल्या प्रवृत्तीवर 'सणसणीत' ताशेरे ओढणारा प्रशांत हा संपूर्ण वेगळा! मात्र या तीव्र आवेगाच्या प्रवाहाबरोबर तो पात्रांना आणि प्रेक्षकांना एकाच वेळी बरोबर नेत असतो. नाट्यतंत्रावर त्याची भक्कम पकड आहे. आणि मग शेवटी रिअलायझेशनच्या ठाम लयीवर, आश्वासक शब्दांवर येणारा प्रशांत हा पुन्हा एकदा हळुवार होतो, तुमच्या आमच्या जाणीवा प्रगल्भ करूनच तो नाटक संपवतो. एकूणच हा प्रवास म्हटलं तर ओळखीचा पण प्रत्येक वेळी 'रस्ता' वेगळा, वळणं वेगळी, घाट वेगळे. पण... मुक्कामाच्या ठिकाणी पोहचल्यानंतरचा आनंद मात्र तोच 'अवर्णनीय' असाच!

यावेळी मात्र प्रशांतने आम्हा सगळ्यांनाच (म्हणजे प्रत्यक्ष रंगमंचावर न येणाऱ्या दिग्दर्शक, नेपथ्य-प्रकाशयोजनाकार, पार्श्वसंगीत देणाऱ्यांसह सर्वांनाच) कोड्यात, पेचात टाकलं होतं. नाटकात मुख्य संवाद म्हणजे जवळ जवळ साठ-सत्तर टक्के भाग हा दोन प्रमुख पात्रांनी फक्त एकमेकांना लिहिलेली 'पत्रं' अशा स्वरूपात होता! अत्यंत सुंदर अनुभव येत होता नाटक वाचून. पण नाटक उभं करण्यासाठी रंगमंचावरील 'स्थळ-काळ-कृती' या त्रिसूत्रीला अनुसरून दिग्दर्शकाला मदत होईल असं नेहमीसारखं काहीच दिलं नव्हतं त्याने. सुरुवातीची एक रंगसूचना सोडली तर पुढे-पुढे तर त्याने जणू फक्त 'नाटकाचा आलेख'च मांडला होता. एकेक पात्रं प्रदीर्घ 'स्वगत कम् संवाद' बोलतंय. कधी भारतातून तर कधी अमेरिकेतून. बरं तेही एकाच वेळी घर, क्लिनिक, उपचार केंद्र, अमेरिकेतला फ्लॅट, कधी हॉटेल, तर कधी एक नवा फ्लॅट, कधी एखादी पार्टी प्लेस.. कुठेही! कसा झेपायचा हा सगळा प्रवास? कसं बांधायचं ते एकत्र एकाच रंगमंचावर? म्हणजे ते नाटक होतं? नुसतं पत्रवाचन

होतं? की चित्रपटाचा स्क्रीनप्ले होता? अंदाज येत नव्हता. पण ते ते प्रसंग 'दृश्यरूपात' दिसत मात्र होते, सीन्समधला 'उत्कटपणा' तर स्पष्ट जाणवत होता, खणखणीत आशयाची जोड होती, म्हणजे खरं सांगू का? पाकीटावर फक्त माणसाचं नाव लिहून एखाद्या महानगरात तुम्हाला, 'शोधून काढ आता हा पत्ता!' असं दिग्दर्शकाला दिलेलं जणू ते आव्हानच होतं. आधी मी हे नाटक प्रशांतच्या तोंडून ऐकलं, मग हे मनात वाचलं, नंतर दोन, तीन, चार वेळा ग्रूपसमोर, नटांसमोर, तंत्रज्ञांसमोर मी ते वाचलं. प्रत्येकवेळी सगळ्यांची प्रतिक्रिया हीच– 'चांगलंय... पण... कठीणए हे सगळं एकत्र बांधणं!'

मला मात्रं प्रत्येक वाचनातून दरवेळी काही न काही मिळतच गेलं. पात्रांचा सूर, पट्टी, आवेग, तीव्रता, मानसिक स्थित्यंतरं, नाटकाचा आलेख याचा ठळक अंदाज हळूहळू येत गेला. नाटकाच्या बाबतीत एका प्रमेय-सिद्धतेवर माझा ठाम विश्वास आहे— 'मूळ नाट्यलेखनातच सादरीकरणाची 'शैली' लपलेली असते, आकृतीबंध दडलेला असतो! 'नाट्यशास्त्रात 'शैली' (स्टाइल)ची व्याख्याच स्पष्ट शब्दांत सांगितलीय, 'स्टाईल इज अ 'पर्टिक्यूलर' मॅनर ऑफ एक्सप्रेशन!'

या नाटकात पात्रांच्या अभिव्यक्तीचं मुख्य साधन होतं 'पत्रं'. 'पत्राला' एक खाजगी, विश्वासाचा स्वर असतो. त्यामुळे पत्रं वाचताना जणू ती व्यक्ती तुमच्याशी अगदी जवळून बोलत असते. जणू तुम्हाला 'आत्ता' त्याचा तो सूर कानात ऐकू येत असतो. अगदी स्पर्श करावा असं वाटण्याइतपत ती व्यक्ती तुमच्याजवळ उभी आहे, असा अनुभव तुम्हाला पत्रं देत असतं. पत्रातल्या बोलण्याने तुम्हाला दिलासा मिळतो, तर कधी त्यातल्या कान उघाडणीने तुम्हाला तुमच्या चुकांची जाणीव होते, त्या हळव्या सुराने तुम्ही कधी भूतकाळात जाता, तर कधी त्यातला कठोर आशय तुमच्या भविष्याबद्दल तुमचे डोळे खाडकन् उघडत असतो. ही पत्रं 'लिहिण्याची', व्यक्त होण्याची आणि ते 'पत्रं' वाचताना जी खरीखुरी, नैसर्गिक प्रक्रिया होते, तीच मी दिग्दर्शनाची 'शैली' म्हणून वापरायचं ठरवलं. मग सगळं कोडं कसं अलगद सुटत गेलं. लिखाणातली गुंतागूंत सोपी होत गेली आणि मग त्यातल्या सगळ्या शक्यता वापरून मी हा 'खेळ' रंगतदार करत गेलो.

'पत्रलेखन' आणि 'वाचन' यामध्ये अपेक्षित आणि अभिप्रेत असलेलं 'एका जागीच बसणं' हे मग मी बादच करून टाकलं. नाहीतरी वास्तवातले नियम मोडण्याच्या 'शक्यता' आणि 'स्वातंत्र्य' रंगमंच तुम्हाला देत असतोच. यानिमित्ताने मी त्याचा पुरेपूर फायदा घेतला. अमेरिकेतून पत्रं लिहीत किंवा वाचत असलेल्या प्रतीकच्या हालचाली मग सहजगत्या लवचीक झाल्या. तो अमेरिकेच्या फ्लॅटमधून भारतातल्या डॉक्टरांच्या क्लिनिकमध्ये यायला मग रंगमंचावरच्या भिंतींचंही बंधन उरलं नाही. एका लेव्हलवरून खाली आला की तो सरळ भारतातल्या डॉक्टरांजवळ जाऊन बोलू लागला आणि डॉक्टरही अगदी सहजपणे त्याच्या अमेरिकेच्या फ्लॅटमध्ये जाऊन त्याच्या खांद्यावर हात ठेवून त्याला समजावू लागले. या अनोख्या पत्रांनी मग रंगमंचावरच्या भिंती तोडल्या, बंधनं तोडली, हालचाली सुलभ केल्या. पत्रं, तार, इमेल, फोनवरचा मेसेज, फॅक्स ज्या 'गतीने' हल्ली आपल्यापर्यंत येऊन पोहोचतो त्याच वेगाने पात्रंही एकमेकांपर्यंत पोहोचू लागली. (यापूर्वी 'गांधी विरुद्ध गांधी' या नाटकात हरिलालने बापूंना लिहिलेलं एक पत्रं मंचित करतानाही हा 'प्रयोग' मी छोट्या प्रमाणावर करून पाहिला होता...) हालचाली आणि कंपोझिशन्सच्या या प्रयोगाला विजय केंकरे, गिरीश जोशी, मंगेश कदम, रवींद्र लाखे या सर्व महत्त्वाच्या समकालीन दिग्दर्शकांनी मनःपूर्वक दाद दिली. माझ्यासाठी ते खूप मोलाचं होतं.

आता गाडी नाटकाला 'नाव' सुचण्यावर अडली होती. एक दिवस प्रवासात असताना अचानक नाव सुचलं- 'गेट वेल सून!' सगळ्यांनाही ते नाटकातलं फिलिंग 'अचूक' पोहोचवणारं वाटलं !

'गेट वेल सून'च्या प्रवासात नेहमीप्रमाणे मोलाची साथ लाभली ती प्रदीप मुळ्ये या अत्यंत सर्जनशील नेपथ्यकाराची. आमच्या दोघांचं हे 'आठवं' नाटक! वाचनापासून ते नाटक उभं राहीपर्यंत आमच्या दोघांच्या झालेल्या पूर्वचर्चांमधूनच ही नाट्य संकल्पना उलगडत गेली. मिलिंद जोशीने अत्यंत योग्य, अर्थपूर्ण पार्श्वसंगीताची जोड दिली. माझ्या दिग्दर्शन वाटचालीमध्ये मोलाची आणि महत्त्वाची साथ असणाऱ्या दोन मैत्रीणींनी (प्रतिमा जोशी-भाग्यश्री जाधव) देखणी वेशभूषा डिझाईन केली. सगळ्यात महत्त्वाचं म्हणजे या नाटकाची व्यावसायिक

रंगभूमीवरची अवघड अशी नाट्यनिर्मिती केली ती माझ्या दोन समर्थ निर्मात्यांनी. दिलीप जाधव आणि श्रीपाद पद्माकर. पैकी दिलीप जाधव हे रंगभूमीवरचं सिनीयर नाव, व्यवस्थापन ते निर्मितीचा मोठा पल्ला पाहिलेला माणूस. त्यांच्या 'अष्टविनायक' आणि आमच्या 'जिगीषा'ने 'गेट वेल सून'ची मिळून नाट्यनिर्मिती केली. तीस वर्षांपूर्वी 'जिगीषा'च्या बालनाट्यात काम करायला आलेला श्रीपाद पद्माकर हा आज 'जिगीषा'च्या संस्थापक सदस्यांपैकी एक आहे. गेली पंचवीस वर्षं त्याने केलेल्या निष्ठापूर्वक मेहनतीने त्याला 'जिगीषा'चा 'नाट्यनिर्माता' बनवलंय. मोठा-छोटा पडदा गाजवणारा आणि प्रसिद्धीच्या उंच लाटेवर असणारा स्वप्नील जोशी हा अभिनेता यात 'सरप्राईज पॅकेज' ठरला! या नाटकाच्या तालमींसाठी त्याने दिलेला वेळ, दाखवलेली शिस्त, त्याची वाणी, विनम्रता, दिग्दर्शकावर स्वतःला सोपवण्याची त्याची वृत्ती बघणं अत्यंत लोभस होतं. माझं म्हणणं, सूचना, दिलेले स्वर तो अक्षरशः टीपकागदासारखा टिपत होता. शिवाय आपला अनुभव, 'चार्म' खुबीने 'प्रतीक'मध्ये पेरत होता. दुसऱ्या अंकातल्या 'स्लीप' झाल्यानंतरचा कन्फेशनचा प्रसंग म्हणजे त्याच्या अभिनयातल्या समजेचं, तल्लख ग्रहणशक्तीचं मला प्रात्यक्षिकच वाटतं. त्याच्या नाटकात असण्याने 'तरुणाई' मोठ्या संख्येने 'गेट वेल सून'कडे आकर्षित झाली!

नाटक, टेलिप्ले असं संदीप मेहताने यापूर्वीही माझ्याबरोबर काम केलं होतं. दरम्यानच्या काळात तो 'छोट्या' पडद्यावर त्यातही हिंदीत अधिक कार्यरत होता, या नाटकाने तो पुन्हा मराठी प्रेक्षकांसमोर आला. त्याचं प्रसन्न व्यक्तिमत्व आणि परिपक्व अभिनयामुळे डॉक्टरची व्यक्तिरेखा परिणामकारक झाली! समिधा गुरुचं पाच-सहा वर्षांपूर्वी पाहिलेलं एका एकांकिकेतलं काम मला आजही स्मरत होतं. म्हणूनच तिच्यावर 'नीरा'ची अवघड कामगिरी सोपवता आली. 'नीरा'तल्या आडवळणांना ती उत्कटपणे सामोरं गेली. 'लतिका'च्या भूमिकेसाठी हवा असलेला 'सच्चेपणा' मला माधवी कुलकर्णीमध्ये दिसला. इतर सगळेच कलावंत खूपच उत्तम कामं करतात. यांच्याबरोबरच्या तालमी माझ्यासाठी अविस्मरणीय आहेत. माझ्या दिग्दर्शन प्रवासातलं खूप महत्त्वाचं स्थान 'गेट वेल सून'ला आहे...

...ही तर माझ्यामधल्या 'अभिनेत्याला' मिळालेली दाद!

स्वप्नील जोशी

'लवकुश' या मालिकेच्या निमित्ताने १९८६ साली वयाच्या नवव्या वर्षी मी अभिनयाच्या क्षेत्रात माझं पहिलं पाऊल टाकलं. त्यानंतर मराठी रंगभूमीवर यायला मात्र चक्क २०१३ साल उजाडावं लागलं! म्हणजे अभिनेता बनल्यावर सत्तावीस वर्षांनी मी पहिलं मराठी नाटक करू शकलो. हे सगळं इतकं उलगडून अशासाठी सांगितलं की आता नाटक करायलाच हवं असं वाटल्यावर, कोणतं नाटक करायचं हे माझ्यासाठी किती महत्त्वाचं होतं हे कळावं म्हणून. खरं म्हणजे मी एका वेगळ्याच कामाच्या संदर्भात चंद्रकांत कुलकर्णींना भेटायला गेलो होतो. त्या भेटीत 'मलासुद्धा तुमच्या बरोबर नाटक करायची इच्छा आहे', असं मी त्यांना सांगितलं. त्यांनी होकार दिला आणि आश्चर्य म्हणजे त्यानंतर काहीच दिवसांनी त्यांचा मला फोन आला. त्यांनी सांगितलं, त्यांच्याकडे प्रशांत दळवींचं एक नाटक लिहून तयार आहे आणि त्यातील एका व्यक्तिरेखेसाठी ते माझाच विचार करताहेत. हे नाटक करण्यासाठी त्यावेळी माझ्याकडे वेळ असणं, त्याच वेळी माझ्यासाठी या नाटकात भूमिका असणं या गोष्टी इतक्या सहज जमून आल्या म्हणून मी याला जुळून आलेला एक उत्तम योगायोग म्हणतो. चंद्रकांत कुलकर्णी आणि प्रशांत दळवी या लेखक-दिग्दर्शकाच्या जोडीचं नाटक करियरमध्ये एकदा तरी करायला मिळावं असं प्रत्येक अभिनेता-अभिनेत्रीचं स्वप्न असतं. म्हणूनच 'गेट वेल सून'सारखं नाटक आयुष्यातलं पहिलं नाटक म्हणून आणि 'प्रतीक'सारखी व्यक्तिरेखा मला साकारायला मिळणं हे माझं भाग्य आहे.

हे नाटक करताना मला खूप वेगळा अनुभव मिळाला. मला स्वतःला वाचन, पूर्ण दिवस चालणारी तालीम, रंगीत तालीम, पहिला प्रयोग या

नाटकाच्या प्रोसेसमध्ये खूप इंटरेस्ट होता. मला असं वाटतं की, माझ्या पात्रतेनुसार मी एक अत्यंत चांगला विद्यार्थी आहे. मी जे काम करतो त्याला मी माझ्याकडून शंभर टक्के देण्याचा प्रयत्न करतो. आणि या नाटकालाही मी ते दिलं. मग तो वेळ असो, मेहनत असो, चंदूसरांच्या सूचनांचं तंतोतंत पालन असो की प्रशांत सरांच्या लिखाणाला दिलेला न्याय असो. अर्थात याला मी किती पुरा पडलो, या प्रश्नाचं उत्तर चंदूसर किंवा प्रशांतसरांनीच देणं जास्त योग्य आहे.

या नाटकाच्या व्यक्तिरेखेबद्दल जेव्हा मी घरी सांगितलं तेव्हा आधी त्यांची नकारात्मक प्रतिक्रिया होती. सगळ्यांचं असं म्हणणं होतं की तुला हे नाटक का करायचंय? कारण मी स्वतः दारू पीत नाही, सिगारेट ओढत नाही. असं असताना मी एका व्यसनी माणसाची भूमिका का करावी, असं त्यांना बहुधा वाटत असावं. प्रतिकची 'नकारात्मक' भूमिका करण्यापेक्षा एखादं विनोदी नाटक करावं, सगळ्या छान-छान भूमिका कराव्या असं आईचं मत होतं. पण नाटकाचा पहिला प्रयोग पाहून मात्र तिने मला कडकडून मिठी मारली आणि म्हणाली, ''यू मेड मी प्राऊड वन मोअर टाइम. तू 'कृष्ण' केल्यावर मला जेवढा आनंद झाला होता नं तितकाच आनंद मला तुझं हे नाटक बघून झाला.' या नाटकासाठी यावर्षी मला रसिकांची उत्तम दाद मिळाली, ॲवॉड्स मिळाले. या सर्वांइतकीच माझ्या आईची कौतुकाची थापही मला सर्वात श्रेष्ठ वाटते.

डॉ. आनंद नाडकर्णींचं पुस्तक असो किंवा प्रशांतसरांनी त्याला दिलेली कलाटणी असो, 'प्रतीक'ची भूमिका करणं खरंच खूप अवघड होतं. कारण 'प्रतीक' जेव्हा मी वाचला तेव्हा तो मला खूप खरा वाटला, आवडला पण लगेच 'सापडला' मात्र नाही. या नाटकात त्याच्याविषयी एक वाक्य आहे- 'ही इज अ लव्हेबल रास्कल!' त्याचा हा स्वभाव मला पकडायचा होता. खरं तर 'व्यक्तिरेखा सापडणं' वगैरे ही भाषा माझ्यासाठी नवीन आहे. कारण मी 'इन्स्टींटीव्ह' अभिनेता आहे. पण मला माहीत होतं की, मी चंद्रकांत कुलकर्णींबरोबर काम करतोय आणि प्रशांत दळवींचे संवाद मी बोलणार आहे. त्यामुळे मी खूप काळजी घेत होतो. होमवर्क खूप मजबूत करत होतो. भूमिकेची तयारी नेहमीपेक्षा

दुपटीने वाढवली होती. प्रत्येक रिहर्सलनंतर मी रोज पुन्हा हे नाटक संपूर्ण वाचून काढत होतो. (हे माझ्या सहकलाकारांनाही माहीत नव्हतं.) रोज रात्री आज रिहर्सलमध्ये काय काय बोललं गेलं, कुठलं 'इम्प्रूव्हायझेशन' आवडलं, कुठला 'टोन' चुकला त्यावर काम करून मी दुसऱ्या दिवशी तालमीला यायचो. मी खूप मेहनत केली 'प्रतीक'साठी. कारण मला माहीत होतं की हे नाटक मला काहीतरी देऊन जाणार! व्यावसायिक यशापयशापेक्षा 'अभिनेता' म्हणून मला खूप शिकायला मिळालं, आनंद मिळाला. हे नाटक एका अल्कोहोलिक व्यक्तीचं आहे, पण चंदूसरांनी ते दिग्दर्शित करताना आणि प्रशांतसरांनी लिहिताना यात एकही दारूचा सीन दाखवला नाही. आणि त्यामुळे नाटकाला एक वेगळी उंची मिळाली आहे असं मला वाटतं.

मराठी रंगभूमीला खूप चांगले दिवस येताहेत. त्याबद्दल खूप लिहिलं जातंय, बोललं जातंय आणि याच दरम्यान रंगभूमीशी या नाटकाच्या निमित्ताने जोडलं जाता येणं हे खरंच माझं खूप मोठं भाग्य आहे. 'गेट वेल सून'चे आता शंभर प्रयोग पूर्ण होतील. कदाचित हे पुस्तक प्रकाशित होण्यापूर्वी ते पूर्ण झालेही असतील. नाटकाच्या प्रयोगाला 'प्रयोग' का म्हणतात हे मला 'गेट वेल सून'चे शंभर प्रयोग केल्यावर कळलंय. कारण खरंच प्रत्येक प्रयोग वेगळा असतो. प्रयोगशाळेतल्या प्रयोगासारखाच! तो कधी चुकतो, कधी बरोबर ठरतो, कधी अपेक्षेपेक्षा चांगला होतो, कधी वाईट होतो. पण प्रत्येक अभिनेत्याच्या आयुष्यात एक प्रयोग एकदाच होतो या निष्कर्षापर्यंत मी आलोय.

या नाटकाचा क्रिएटिव्ह सेटअप खूप वेगळा, अनोळखी तरीही आश्वासक होता. म्हणजे संदीप मेहता, समिधा, माधवी असो किंवा प्रदीप मुळ्ये, मिलिंद जोशी, दिलीप जाधव, श्रीपाद पद्माकर, प्रतिमा जोशी किंवा भाग्यश्री जाधव असो हे सगळेच माझ्यासाठी नवीन होते. पण मी दोन गोष्टी अत्यंत मनापासून पाळल्या, एक म्हणजे चांगल्या विद्यार्थ्यासारखा मी संपूर्ण नाटकात चंदूसरांचा हात घट्ट पकडून ठेवला होता आणि आजही आहे. कारण मला माहितीए की रस्ता 'दाखवणारा' माणूस रस्ता 'विचारणाऱ्यापेक्षा' हुशार असतो! तेव्हा रस्ता विचारणाऱ्या

माणसाचं कधीच नुकसान होत नाही. या तत्त्वज्ञानावर माझा जेवढा विश्वास आहे तेवढाच विश्वास अजून एका गोष्टीवर आहे तो म्हणजे नाटकामध्ये चंद्रकांत कुलकर्णींपेक्षा उत्तम दिग्दर्शक माझ्या माहितीत नाही. मी त्यांच्या संवादांना आणि विद्यार्थी म्हणून चंदूसरांच्या दिग्दर्शनाशी इमानदार राहण्याचा प्रयत्न केला.

या नाटकामध्ये मी जे काही करतो ते माझं नाही. हे मी अजिबात नम्रतेने, विनयाने बोलत नाहीए. हे नाटक खरंच माझं नाही. कारण 'प्रतीक'ला मोठं बनवतो तो त्याच्या बायकोबरोबरचा सहवास, डॉक्टरांबरोबरची त्याची इंटरॲक्शन, नीराचं प्रतीकने केलेलं 'परिवर्तन'. या सगळ्या गोष्टी प्रतीकला 'हिरो' बनवतात. या नाटकाच्या निमित्ताने मला संदीप मेहतांसारखा एक वेगळा माणूस अनुभवायला मिळाला की जो खूप 'प्रिन्सिपल्ड' आहे, ज्याची स्वतःची एक भूमिका आहे, मग ती देवाबद्दलची असो, चमत्कारांबद्दलची असो किंवा राजकारणाबद्दलची असो. समिधासारखी एक चांगली, खरेपणा असलेली प्रिय मैत्रीण मिळाली. मला वाटतं ती एक खूप उत्तम अभिनेत्री आहे. नाटकाच्या शेवटी ती जो सीन करते त्यात खरं तर प्रत्येक प्रयोगाला आमचा 'कॅथर्सिस' सुरू होतो. त्यात कधी ती खरी रडते तर कधी मी खरा रडतो. माधवीला आपण टेलिव्हिजनवर खूप नकारात्मक भूमिका करताना पाहिलंय. या नाटकातलं तिचं साधं, सोपं, सुंदर, सकारात्मक काम बघताना मला खूप मजा येते. अनेकदा मी तिचा प्रसंग बघताना प्रेक्षक होतो आणि तिच्या कामाला दाद देतो.

प्रदीप मुळ्येंनी केलेलं नेपथ्य म्हणजे या नाटकातील एक पात्रंच झालंय! या नाटकाच्या यशात मिलिंद जोशींच्या पार्श्वसंगीताचाही तितकाच मोठा हातभार लागलाय. या नाटकाची सगळीच टीम मग ते बॅकस्टेज करणारे असोत की प्रकाशयोजना सांभाळणारे असोत, भंडारीदादा असोत, अनिल असो, प्रवीण असो या सगळ्यांचाच सहभाग महत्त्वाचा आहे. या प्रायोगिक वाटावं अशा नाटकाला व्यावसायिक रंगभूमीवर आणण्यासाठी आणि त्याच्या मागे निर्माता म्हणून उभं राहायला 'छप्पन की छाती' चाहिए! इतक्या उत्तम प्रॉडक्शनबरोबर मला माझ्या पहिल्याच नाटकात काम करायला मिळालं. आमचे निर्माते

आमचे लाडही करतात, हट्टही पुरवतात आणि हे सगळं करताना नाटक करण्याचा आनंदही घेऊ देतात.

'गेट वेल सून'चं जर सार सांगायचं झालं तर मला असं वाटतं की 'गेट वेल सून' हे नाटक नाहीए; 'गेट वेल सून' हे मी माझ्यामधल्या अभिनेत्याला मिळालेली कॉम्प्लिमेंट आहे. चंदूसर, प्रशांतसर आणि डॉ. नाडकर्णी, थँक्यू सो मच टू मेक इट पॉसिबल!

आशय आणि थरारही...

विजय केंकरे

डॉ. आनंद नाडकर्णी यांच्या 'मुक्तिपत्रे' ह्या पुस्तकावर आधारित प्रशांत दळवी यांनी लिहिलेलं 'गेट वेल सून' हे नाटक आनंद नाडकर्णींच्या पत्ररूपी पुस्तकाचं उत्तम नाट्यरूपांतर. हे नाट्यरूपांतर मूळ पुस्तकाच्या हेतूला धक्का न लावता केलं गेलं आहे. ह्या नाटकातून व्यसनाचा धोका कुठेही उपदेशाचे डोस न पाजता नाट्यपूर्णरित्या मांडला गेला आहे. माझ्या दृष्टीने हेच प्रशांत दळवी ह्यांच्या नाट्यारुपांतराचं यश आहे. एखाद्या पुस्तकाचं नाट्यरूपांतर करणं खूपच अवघड असतं. कारण साहित्यातल्या शब्दापेक्षा नाटकातला शब्द वेगळा असतो. प्रशांत दळवी यांची नाटकाचे संवाद लिहिण्याची हातोटी ठायी ठायी दिसते. माध्यमांतर करीत असताना मूळ माध्यमाची समज आणि ज्या माध्यमात रूपांतर करायचे आहे त्या माध्यमावर प्रभुत्व असणं फार महत्त्वाचं आहे. 'गेट वेल सून' वाचताना प्रशांत दळवी यांची साहित्याची समज आणि नाट्य माध्यमावरचं प्रभुत्व लक्षात येतं.

मी 'गेट वेल सून'चा चंद्रकांत कुलकर्णी ह्यांनी दिग्दर्शित केलेला प्रयोग आधी पाहिला आणि संहिता नंतर वाचली. प्रयोग पाहिलेला असल्यामुळे नाटक वाचायला खूप मजा आली. नाटक ही प्रयोगक्षम कला आहे. त्यातले संवाद उच्चारण्यासाठीच लिहिलेले असतात. प्रयोग आधी पाहिलेला असल्यामुळे मला प्रशांतचे संवाद वाचायला जास्त मजा आली. मी स्वतः एक नाट्य दिग्दर्शक आहे, पण संहिता वाचून मला चंद्रकांत कुलकर्णींनी दिग्दर्शित केलेल्या प्रयोगापेक्षा वेगळा प्रयोग दिसलाच नाही. नाटककाराच्या मनातला प्रयोग रंगमंचावर सादर झाला, याचं कारण संहितेतल्या शक्यता प्रयोगात पूर्णपणे साकारल्या गेल्या.

'ॲडिक्ट' कसे असतात, कसे वागतात हे ह्या नाटकात दळवींनी चांगल्या पद्धतीने दाखवलं आहे. ह्या नाटकातला 'ॲडिक्ट' जरी दारूच्या आहारी गेलेला असला तरी तो प्रतिनिधिक स्वरूपाचा ॲडिक्ट आहे असं जाणवत राहतं, त्यामुळे हे नाटक केवळ अल्कोहोलिक्सबद्दल न बोलता एकूणच ॲडिक्ट्सबद्दल बोलतं म्हणूनच नाटकातल्या प्रमुख व्यक्तिरेखेचं नाव 'प्रतीक' असावं.

हे नाटक पत्रांमधून उलगडत जातं. त्यामुळे ते शब्दबंबाळ होण्याची शक्यता होती, पण प्रशांत दळवी यांनी नाटकाची मांडणी अशा पद्धतीने केली आहे की पत्रं शब्दबंबाळ न वाटता आपली उत्सुकता वाढवतात. डॉक्टर आणि प्रतीक ह्यांच्यातला पत्ररूपी संवाद तसेच डॉक्टर आणि प्रतीकच्या बायकोमधला पत्ररूपी संवाद ह्या पत्रांमधून त्यांच्यातले वैयक्तिक संबंध उलगडत जातात. प्रशांत दळवी ह्या पत्रांच्या माध्यमातून वाचकांशीपण जवळीक साधतात आणि व्यक्तिरेखांबद्दल ममत्व निर्माण करतात.

एखाद्या थरारनाट्यासारखी संरचना हे या नाटकाचं बलस्थान आहे असं मला वाटतं. पहिल्या अंकाचा अनपेक्षित शेवट आपल्याला नाटकात गुंतवतो. दुसऱ्या भागात होणारी त्याची उकलही तितकीच प्रभावी आहे. ॲडिक्शनसारख्या समस्येवरचं नाटक, थरारनाट्यासारखी रचना करून आपल्यापर्यंत पोहोचवण्यात प्रशांत दळवी यशस्वी झाले आहेत. एखादी सामाजिक समस्या रंजक गोष्टी सांगून प्रेक्षकांच्या गळी उतरवणे खूप अवघड असते. पण दळवींनी 'गेट वेल सून'मधे हे लिलया साध्य केलं आहे. हे नाटक वाचताना हेनिंग मॅनकेलच्या 'स्वीडिश क्राइम थ्रिलर्स' लिहिणाऱ्या कादंबरीकाराच्या लिखाणाची आठवण येते. उत्कृष्ट संवाद लेखन हे प्रशांत दळवींच्या लेखनाचे बलस्थान आहे. 'गेट वेल सून'मधेही आपल्याला ह्याची झलक बघायला मिळते. उदाहरणार्थ,

प्रतीक : तू ज्या उपहासाने आमच्या पत्रव्यवहाराचा उल्लेख केलास ती पत्रं नीट वाचलीयस की त्यात फक्त माझे 'व्हेअर अबाऊटस्' शोधत होतीस? माझ्या फोनने तुमच्या घरी एका दुःखाचा प्रवेश झाला म्हणतेस तर मग तुझा नवरा का नाही ॲडिक्ट झाला? किंवा मी लतिकावर संशय

घेतल्यामुळे तिलाही बसणारा धक्का काही कमी रिश्टरचा नव्हता तरीही ती का नाही आपल्यासारखी एखाद्या व्यसनाची बळी ठरली? आघातांशिवायचं जगणं ही कविकल्पनाच असू शकते; तरीही नाही होत गत सगळ्यांची अशी. म्हणून आपल्या अधोगतीची कारणं बाहेर शोधण्याच्या मूर्खपणापासून वाचवलं मला माझ्या प्रिय डॉक्टरांनी! त्यांनी माझंच मडकं कुठे कच्च आहे हे शोधायला शिकवलं... आणि सापडतही गेलं मला ते... आणि मला कळलं की काही जण आयुष्यभर दारूला स्पर्शही न करता रसपूर्ण जगू शकतात, काही जण ऑकेजनली स्पर्श करून तेवढ्यातच संपूर्ण समाधान मिळवू शकतात, काही रोज दोनच पेग घेण्याची मर्यादा स्वेच्छेने स्वतःवर घालू इच्छितात... पण मी त्यातला नाही. कारण मुळात माझा स्वभावच चंचल आहे, माझं विचार आणि प्रवृत्तीचं मडकच कच्च आहे... म्हणून माझ्यासाठी ती घातक आहे... लतिकाशी लग्न झाल्यावर 'ती माझ्याबरोबर प्रचंड सुखात आहे' असं मी तिच्याकडून अक्षरशः वदवून घ्यायचो. अगदी सेक्स नंतरही 'आर यु हॅपी?' असं विचारल्याशिवाय मला राहावायचं नाही. प्रत्येक गोष्टीचं असं ॲप्रिसिएशन समोरच्याकडून ओरबाडून घेण्याचा स्वभाव. फक्त दारूला तरी कसं दोषी धरू?

मराठी रंगभूमीवर कार्यरत असलेल्या नाटककारांमध्ये प्रशांत दळवी हे एक महत्त्वाचं नाव आहे. सामाजिक आणि राजकीय भान असलेला असा हा नाटककार आहे आणि त्यांच्या प्रत्येक नाटकातून याची प्रचिती येते. नाटक हे केवळ मनोरंजन करण्याचे माध्यम नाही ह्यावर त्यांचा ठाम विश्वास आहे. हे त्यांच्या लेखनातून सतत जाणवत राहातं. त्यांच्या नाटकात ज्या अवस्थेतून व्यक्तिरेखा जातात ते पाहता, आपण कथानकात गुंततो, पण ज्या अवस्थेतून प्रतीक आहे त्यातला दर्द आपण महसूस करतोच आणि व्यसनातून मुक्त झालेल्या पेशंटचा इतर ॲडिक्टस्‌कडे बघण्याचा दृष्टिकोनही आपल्याला हे नाटक देतं.

'गेट वेल सून'चे संवाद पत्ररूपात आहेत आणि प्रत्यक्ष पात्रांमध्येही आहेत. पत्ररूपी संवाद अर्थातच मोठे आहेत आणि पात्रांमधले संवाद छोटे. नाटकाचा वेग ठरवायला ह्या प्रकारच्या संवादांचा उपयोग झाला आहे. 'गेट वेल सून' हे नाटक रंगभूमीच्या इतिहासाच्या दृष्टीने आणि

प्रशांत दळवींच्या कारकिर्दीच्या दृष्टीनेही प्रत्येकाने जरूर वाचावं आणि पाहावं असं आहे. असे नाटक लिहिल्याबद्दल प्रशांत दळवींचे मनःपूर्वक अभिनंदन!

‘गेट वेल सून’ला मिळालेले पुरस्कार

मिक्ता अ‍ॅवॉर्ड
- सर्वोत्कृष्ट लेखन
- सर्वोत्कृष्ट अभिनेता

झी गौरव पुरस्कार
- सर्वोत्कृष्ट नाटक
- लेखन
- दिग्दर्शन

महाराष्ट्र शासन पुरस्कार
- नाटक (द्वितीय पारितोषिक)
- दिग्दर्शन (प्रथम पारितोषिक)
- लेखन (द्वितीय पारितोषिक)
- सर्वोत्कृष्ट अभिनय (रौप्य पदक)
- नेपथ्य (द्वितीय पारितोषिक)
- प्रकाशयोजना (द्वितीय पारितोषिक)
- सर्वोत्कृष्ट वेशभूषा (प्रथम पारितोषिक)

अ.भा.म.ना.प. (मा. दत्ताराम पुरस्कार)
- सर्वोत्कृष्ट अभिनेता

अ.भा.म.ना.प. (पुणे शाखा पुरस्कार)
- सर्वोत्कृष्ट लेखन

राष्ट्रपिता महात्मा गांधी पुरस्कार (महाराष्ट्र शासन)